Tình Nước - Tập 5, 6, 7
Bảo Giang

Bìa: Uyên Nguyên Trần Triết *Dàn trang:* Bảo Thạch
Nhà xuất bản Nhân Ảnh 2025
ISBN: 9798349672521

TÌNH NƯỚC

Về với Quê Hương

BẢO GIANG

TÌNH NƯỚC

The Nation's Poetry 5, 6, 7

Về với Quê Hương

Nhân Ảnh 2025

Văn Quang Trí Đức Hưng Gia Bảo

Võ Chính Liêm Trung Thịnh Quốc Công

Việt Nam ơi, năm mươi năm rồi,

Bắc Nam ơi, ta ngồi chi đây?

Năm mươi năm đường mây cách trở,

Năm mươi năm người trở về không?

....

Việt Nam ơi, ai vì đất nước,

Hãy đứng dậy, kết bước mà đi.

Đường ta đi chỉ vì Công Lý,

Bước ta về nối chí Tự Do?

Bảo Giang Bùi xuân Vũ

BẢO GIANG

TÌNH NƯỚC

The Nation's Poetry 5
Tập 5

Về với Quê Hương

Sydney 2025

THAY LỜI TỰA

Thưa quý bạn đọc,

Nhà tôi đã giột quá niên rồi,
Hổ bạn tới chơi chẳng chỗ ngồi...

Những tưởng đó là nỗi đau xé ruột một thời rồi lắng xuống. Không ngờ, từ đây đã đưa anh đến một bước khác thường. Anh bước chân vào việc viết văn, làm thơ. Một ngành hoàn toàn khác với bước đường của tổ nghiệp, quanh năm suốt tháng cần cù trên cánh đồng. Khởi đầu, anh đã đưa ra hướng đi cho mình là: Thà, Chọn Chiến Tranh, còn hơn là nhận Hòa Bình không có Tự Do, không có Độc Lập. Tại sao lại có thể như thế nhỉ? Đơn giản là, ý chí của ta đem vào cuộc chiến, ta còn có hy vọng, thay đổi vận mệnh, tương lai. Trong khi nhận hòa bình không có tự do từ CS, khác gì đóng ấn đời nô lệ cho mình và cho con cháu mình?

Đó có thể là lý do chính, để sau "Tôi Chọn Chiến Tranh", tác giả đã đưa bạn đọc đi qua cảnh "Lá Đổi Mùa" rồi "Đồng Cạn". Từ đó, người người nhận ra hướng đi chính của đời người trong xã hội phải được khẳng định do chính mình lựa chọn. Đó là "Đường Chúng Ta Đi". Từ đây, xem ra tất cả những gì cản trở trên con đường chúng ta đi, buộc chúng ta phải " Chôn Nó Đi" mà đi.

Rồi hôm nay, trên tay bạn là *Về Với Quê Hương* (Tình Nước 5, 6, 7). Nếu được đặt một câu hỏi với bạn đọc. Tôi xin hỏi: Bạn nghĩ gì và định nghĩa ra sao về hai chữ Tình Nước?

Phần Bảo Giang, anh đã có sẵn câu trả lời đây. Tình Nước "*Là câu chuyện của người Việt Nam với đất nước trong thời chinh chiến,* cũng như lúc *thanh bình. Ở đó, là tình yêu của con người đối với quê hương được trao đổi bằng chính mạng sống của mình*".

Từ định nghĩa này, Anh đã viết về một cuộc chia ly bằng những cảnh thật của người phụ nữ, khi chồng nàng lên đường vì nước.

"*Chàng biệt nhà giữa cơn binh lửa. Thiếp châu sa tựa cửa ngó theo*".

Nàng nhìn theo bước chân ấy để nghe và thấy lòng mình thổn thức như chính mình vào cuộc:

> "*Tiếng trống reo xung tên đột pháo,*
> *Bão lửa gào xé áo sẻ da...*

Xem ra cảnh chia ly này, chẳng mấy ai trong chúng ta chưa từng trải qua. Vì ở đó, người thân vào đường chinh chiến như đi dệt mộng cho quê hương. Phần người ở lại thì nức nở theo ánh đèn đêm:

"*Chàng dệt mộng, thiếp mài nhung nhớ. Con đợi chờ mẹ lỡ trăng thu*".

Để một ngày, người thiếu phụ đứng dậy. Nàng không mài nhung nhớ nữa, nhưng sẽ lên khu tìm chồng. Vì: "*Ngấn lệ dài sao để riêng ta*"? Nào ai có thể biết được đoạn đường ấy ra sao? Những tưởng mừng vui của ngày hội ngộ sẽ là dấu ấn của cuộc tình trong thời chiến với hình ảnh cha con, chồng vợ bên nhau. Có ai ngờ:

"Trên đỉnh núi gió ào ào thổi,
Dưới chân hào lửa đuổi đạn vang."

Trong giữa tiếng đạn vang, nàng còn nghe rõ tiếng của chồng, "*Dạy con đi đứng hiên ngang, Đã vào nghiệp nước coi thường gian nan*".

Lời của chàng còn đây, nhưng nắng trời như không đổ xuống nữa, thay vào đó là những cơn mưa. Mưa bằng nước mắt. Bởi chỉ vài ngày sau, thành Ban Mê Thuột bị vỡ. Vợ cùng chồng phải đưa con theo cánh quân tràn rừng để xuôi nam. Họ đi dưới ngàn đạn pháo, để rồi, kẻ về không bao giờ tới bến:

"N*gười nằm xuống cho rừng thay lá, Kẻ đợi chờ hóa đá đầu non…*".

Trong cảnh tang thương giữa rừng ấy, người thiếu phụ Việt Nam chỉ còn lại một cảnh duy nhất của đời người. Nàng qùy xuống:

"Đất rừng lạnh chiếu chăn chẳng có,
Gỗ núi đầy lại khó đóng quan.
Thê nhi xin đứng hai hàng,
Thay binh làm lễ tiễn chàng non tiên..."

Hỏi xem, bao nhiêu phụ nữ Việt Nam đã phải trải qua trang khổ này:

"Con ơi! lạy bố đi con, Lạy xong mẹ sẽ dẫn con vượt rừng..."

Vượt qua cảnh rừng, những tưởng, người thiếu phụ sẽ tìm được bến an bình: "*Có ai ngờ nơi nơi tang tóc, Mất cao nguyên mẹ khóc Thừa Thiên*". Rồi, suốt con đường dài từ Huế vào nam, đường phố, làng thôn, quê hương của nhà nam chìm trong biển lửa. Sau cùng, thảm cảnh như một định mệnh khắt khe đã đến cho dân tộc:

"Đường Gia Định xụt sùi nước mắt,
Đất Biên Hòa mẹ dắt con đi.

Mở đường hai chữ biệt ly,
Cửa thành đã khép biết khi nào về..."

Vâng, cửa thành đã khép biết khi nào về!

Thưa quý bạn đọc,

Tình Nước chưa kết thúc nơi đây. Hơn thế, từ đây sẽ được trải rộng đến tất cả các phần đất còn lại ở quê hương đất bắc. Và đi qua mỗi nơi, đều là dấu ký của tình yêu nước và nỗi tang thương của dân tộc được góp vào. Bởi từ đó, biết bao bà mẹ Việt Nam đã nuốt từng miếng cơm độn với nước mắt của mình khi nghe tên chồng, tên con, cháu... phải nhập vào binh đoàn xuôi nam lâm chiến trận. Họ khóc vì "*mười người đi, nào thấy quay về vài ba*"!

Mà lạ chưa, trong lúc chồng con không một tăm hơi,

cái loa đài của nhà nước VC vẫn oang oang hai chữ chiến thắng, rồi thắng lớn. Đến sau tết mậu Thân chỉ còn lại hai chữ tang thương và ngậm hờn... Mãi đến năm 1973, khi có những đoàn tù binh được trả về, người dân miền bắc mới bàng hoàng, ngỡ ngàng. Họ không thể ngờ là tại sao lại có quá nhiều bộ đội từ miền bắc vào nam bị bắt như thế? Chỉ riêng tại phía nam sông Thạch Hãn. Tính đến cuối năm 1974, Bắc Việt đã nhận lại 26,492 tù binh. Tất cả đều to béo, khỏe mạnh.

Vậy con số bộ đội miền bắc đã chết trong chiến tranh là bao nhiêu? Và còn bao nhiêu người chưa được trao đổi. Ấy là chưa kể đến số bộ đội và du kích, không có tên trong quân bạ ở miền nam là bao nhiêu?

Khi ấy, người thì dò hỏi trong lo âu, người mừng rỡ tràn nước mắt vì con cháu của họ đi B và nay còn sống, được trả về! Và rồi, toàn miền bắc đã khóc vì vui mừng, vì tấm lòng ưu ái của miền nam đã nuôi dưỡng, chữa trị và cứu sống con cái của họ trong chiến tranh! Rõ ràng, đây chỉ là những con số đã được ghi vào sổ tại bờ sông Thạch Hãn mà thôi. Ngoài ra, còn có hàng ngàn tù binh khác xin được ở lại với miền nam với câu thề: "*Thà chết chứ không chịu trả về cho miền bắc*".

Từ đây, những người cựu tù binh này về đâu? Họ về nhà hay đi đâu và cuộc sống của họ có được nhà nước VC lo toan chăng? Chẳng một ai được nghe biết đến. Trong khi đó, bản tin được truyền miệng ra ngoài lại giống như một khẩu lệnh của nhà nước, được cán bộ úp mở là: "*Những người trở về kia đều là những kẻ phản bội, đã đầu hàng giặc, không dám chiến đấu vì bác, vì đảng và vì nhân dân. Họ chẳng đáng được nhân dân nhắc tới nữa.*"

Tuy nhiên, với Tình Nước, trong phiên đoạn "*nỗi lòng cô phụ đất bắc*", tác giả đã ghi lại những hình ảnh như dấu ấn xác thực về quê hương ngoài ấy sau ngày 20-7-1954:

"Chồng tôi lên cán cờ sao, Cha tôi đeo án cường hào tan thây".

Đó là cảnh sống thật của dân ta dưới thời Hợp Tác Xã. Đến sau 1963, với tham vọng tiến chiếm miền nam, cảnh cơ hàn và đói khổ của người dân, lẫn cán bộ còn tệ hơn thế nhiều lần. (mời các bạn đọc thêm Nguyễn Quang Quýnh thì sẽ rõ).

Đến khi cuộc chiến leo thang, từng ngày, đất bắc nhận thêm những trận mưa bom, sự cơ cực ấy đã nổi trội lên. Và còn lại đây là những tiếng than van như hờn oán:

> "*Khói liên khu nhuốm màu cây cỏ,*
> *Nước sông Hồng chiếu đỏ lên nương.*
> *Trẻ thơ chết giữa chiến trường*
> *Hồn oan cung kiếm bên đường gọi ai?".*

Xem ra, chỉ còn lại những lời như than vãn:

> *"Khổ non xanh một thời lá úa,*
> *Tủi quê hương liềm búa khoe cờ!*

Vậy đó, thân phận của cả bắc, nam đều như thế trong thời chiến. Ai nói đến chữ được, kẻ nào nói đến chữ vinh quang đây?

Có chăng chỉ là người Việt Nam đã bị thua canh bạc lớn vì cái tròng cộng sản của Trung cộng đã gài vào cổ Hồ chí Minh. Để từ đó, dân Việt Nam phải chịu đau thương và bị đọa đày trong cuộc chiến. Oan khiên thay, tới nay vẫn chưa là đoạn kết, dầu chiến tranh đã hết từ lâu.

Vì không nhìn ra được cái vòng xích đang đeo trong cổ, nên ngay sau khi vào miền nam, (30-4-75) họ đã điên cuồng, man rợ trả thù những người dám đứng ra bảo vệ quê hương, đất nước khỏi bóng dáng Tàu cộng theo gương hai bà Trưng, bà Triệu, hay những đấng quân vương đất Việt như: Trần Hưng Đạo, Lê Lợi, Quang Trung xưa kia. VC đã ra tay, mở ra nhà tù ở trên mọi phần đất nước. Cho đến nay, không có con số chính thức về những viên chức, sỹ quan quân đội Việt Nam Cộng Hòa bị giam giữ trong các trại tù Việt cộng sau 30/4/1975 là bao nhiêu. Con số ước tính là khoảng trên dưới 150, 000 ngàn. Phạm văn Đồng thì bảo là 200,000 người. Hỏi xem, họ có về đủ hay không? Và hỏi xem bao nhiêu người đã chết rục trong cáa nhà tù ngục của Việt cộng?

Hãy hỏi xem, đây có là bài học cho chúng ta ngày mai không?

Tôi cho là phải, và ngày mai chúng ta buộc phải có những đổi thay, không thể để thù hận đè trên thù hận, nhưng phải trả nhau về đúng vị thế của nó. Bởi, chúng ta phải nhìn vào cảnh sống của ngày hôm nay, để thấy, những bất tường của lý thuyết CS đã đưa dân tộc ta về đâu.

"*Từng lớp trẻ nhạt phai sức sống, Luống tre gầy*

đứng bóng xác xơ..."

Với cuộc sống này, gặp "*Biển dâu ai đi dựng cờ*" đây? Việt cộng ư? Không. Không bao giờ chúng có thể lừa dối được dân tộc này một lần nữa. Nhưng chỉ có Tình Nước, tình yêu quê hương chân chính từ trong lòng người, đất nước này mới nở hoa Nhân Ái mà thôi.

Thưa quý bạn đọc,

Viết về Bảo Giang, chúng tôi cho rằng không chỉ là bấy nhiêu dòng chữ. Bởi ngoài Tình Nước 2, theo bước chân người đi với thể song thất lục bát dài 1652 câu, anh còn ghi lại những câu chuyện về đất nước trong mười tuyển tập TN khác. Đó là những hình ảnh, cảnh thực, mang nặng tình người. Ở đó, chính là tình yêu đích thật của con người với quê hương của mình.

Ôi! Những tình thơ ca của lòng người yêu đất nước. Nó chan hòa trên từng ngọn cây, tấc cỏ, nói chi đến trong lòng người. Chỉ tiếc rằng, những tình thơ ca ấy chưa được lưu ký nơi quê hương Việt Nam hôm nay. Ước mong rằng, ngày mai trời lại sáng, và câu chuyện của Tình Nước sẽ còn sống mãi với tương lai và Lịch Sử Việt Nam.

Tôi yêu đất nước nghìn năm ấy.
Còn mãi trong tôi một nụ cười".

Trân trọng,

Hương - Lan và các em nơi quê nhà.

Xuân Quê Hương (1)

Rồi một sớm Xuân về trên đất nước,
Giữa tiếng reo như chim quốc gọi đàn,
Đường Tổ Quốc bao thênh thang rộng mở,
Đón người về trong tiếng gọi hoan ca.

Hoà với nhạc, quê hương là hơi thở,
Đưa ta về với nguồn cội yêu thương.
Vui với người, gió mây là suc sống,
Quyện vào nhau như tiếng nói không rời.

*

*   *

A! Xuân mừng em bập bẹ tập nói,
Tiếng nói đầu đời em gọi Việt Nam.
Trong reo vui em gọi cha gọi mẹ,
Gọi quê hương như hoa nở trên môi.

Chờ ngày tới, em reo mừng nắng mới,
Tay trong tay cặp sách bước đến trường.
Này bài học trải nghìn chương lịch sử,
Bắc dẹp cường bạo, Nam xứ bình Chiêm.

Em reo vui ngày Bình Ngô đại cáo,
Đưa nhau về theo tiếng pháo Thăng Long
Gọi cỏ cây cùng vươn vai lớn dậy,
Dựng viên đá làm thành lũy Việt Nam.

Vung lưỡi giáo cho Hồng Hà thêm đỏ,
Vót cọc nhọn cho sóng lở Đằng Giang.
Ta mừng Xuân trên Chi Lăng chiến sử,
Thét tiếng loa cho Hàm Tử rền vang.

Để mãi ngàn sau cháu con bước tới,
Viết thêm trang trong bia đá Ngọc Hồi.
Cho cả nước chen vai trong ngày hội,
Đưa ta vào cuộc sống với tiền nhân.

*

*   *

Kìa Tổ Quốc ta đường mây bừng sáng.
Em hân hoan mỗi sáng bước đến trường
Cùng chúng bạn đan vòng tay nối kết,
Quyết nêu danh người bảo vệ quê hương.

Chiều về nhà, đường cương thường em giữ.
Ra đình làng, câu đạo lý noi gương.
Sử cho ta bốn ngàn năm văn hiến,
Em chung lưng trong tình nghĩa đồng bào.

Em đan tay với tự hào dân tộc,
Để chiều về trên quãng đồng xa,
Em hát ca vui theo mùa lúa mới,
Chẳng bỏ quên người chân lấm tay bùn,

Trải một đời trên đồng ngô nương sắn.
Bán mặt cho đất, lưng bán cho trời.
Chẳng quản ngại ngày mưa, rồi tháng nắng.
Chỉ ước một lần thấy dáng xuân sang.

*

* *

Nay nhìn lại, tám mươi năm liềm búa,
Chỉ thấy máu đỏ pha giữa luống bùn.
Em rưng rưng bên người già, cô phụ,
Bẩy mươi năm chưa có một niềm vui.

Chỉ thấy tang thương theo dòng cờ đỏ.
Lòng người đau xót, dạ cỏ héo hon!
*Gọi con gái, nó nửa khùng nửa dại. (*vì đã thành đĩ đảng*)*
*Gọi con trai, nó bỏ xác rừng hoang. (*vì chống cộng*)*

Tội cho mẹ ngày mưa cùng tháng nắng,
Chỉ ước được thấy hai chữ bằng an.
Cầu cho chinh chiến tàn theo dâu bể.
Mai xuân về, em dâng Mẹ niềm vui.

*

*   *

Xuân về như dòng tóc bên suối mát,
Mãi vươn dài theo sóng lúa mênh mông.
Đẹp làm sao giữa nắng chiều đồng nội,
Tóc thơm mùi lúa, hương nhớ tình người.

Ai như gió thoảng cho ai ngây ngất,
Chén tình nào theo triều sóng vợi xa?
Gánh lúa này nuôi dân ta chinh chiến,
Đồng ruộng kia giúp nước dựng tương lai.

Mai Xuân đến em đi thăm người thợ,
Trong nhà máy nơi hầm mỏ, nông trường.
Ở đó, có tình người vì Tổ Quốc,
Tựa vào nhau như thân áo không rời.

*

*   *

Xuân như người chiến sỹ của non sông
Anh còn sống hay đã về đất Mẹ,
Vẫn là ngàn năm lịch sử ghi danh.
Dẫu cổ lai chinh chiến không trở lại.

Đã có người sau nối gót đi lên,
Kìa chiều xuống với mưa sa bão táp.
Hay trong bình minh nắng dậy thênh thang.
Vẫn vang vọng lời anh trong chiến địa.

Và có hồn anh bay với màu cờ.
Từng nhịp trống là bước anh đi trước,
Mỗi tiếng kèn là lời gọi người sau.
Để ngàn xưa có tiền nhân dựng nước,

Tới nghìn sau con cháu giữ non sông.
Nước không mất một ngọn cây tấc cỏ.
Dân không bỏ một viên đá biên cương.

*

*   *

Rồi mai nắng Xuân về trên đất Mẹ,
Giữa tiếng reo với chiêng trống không ngừng.
Đường Tổ Quốc bao thênh thang rộng mở,
Ta đón nhau trong Độc Lập Tự Do,

Xuân đánh thức từng gốc cây ngọn cỏ,
Mẹ gọi dậy từng hòn đá lòng sông.
Dậy đi em, hỡi non xanh nước Việt.
Vươn vai lên cho Tổ Quốc nở hoa.

Cho người người với cơm no áo ấm,
Ta đan tay trong nguồn cội Việt Nam.

Tết 2013
Bảo Giang

Lời dặn dò

Mai con lớn ba dặn con vài lời,
Đứng giữa trời mình là người Việt Nam.

Nơi con sống là quê cha đất tổ,
Ở đó, con nối dòng dõi Tiên Long.
Con hãy nhớ, đất này mang tên Việt,
Với ngàn năm khởi nghiệp của cha ông.

Nay cộng phỉ theo đường Lê chiêu Thống,
Học chung một nghề mãi quốc cầu vinh.
Làm cho dân Việt sinh linh đồ thán,
Nắng chưa lên mã tấu đã ghi hình.

Khắp mọi miền, máu dân trên đường lớn,
Sáng đấu tố, chiều đấu tố thi công,
Một giải non sông vạn ngàn thống khổ,
Bắc Nam tan tác, Tổ Quốc điêu linh...

*

* *

Mai khôn lớn chữ Việt con ghi nhớ,
Đây là hình hài của đất nước Nam.
Đã được khai sinh thành dòng, chữ viết,
Để lưu truyền sử ký đến ngàn sau.

Nay ta sống tự hào cùng thế giới,
Con cháu ta có tiếng nói với đời.
Dặn chúng đứng thẳng như dòng chữ Việt,
Để cùng muôn họ nối kết bên nhau.

Ta đan tay kết thành vòng biển lớn,
Từ ải Nam Quan hướng tới Cà Mâu.
Mở ra cuộc sống ngày mai tươi sáng.
Cho dân ta cùng đứng thẳng giữa trời.

Con hãy nhìn gương bà Trưng, bà Triệu,
Bước theo Lê Lợi, Hưng Đạo, Quang Trung.
Là những anh hùng trung quân ái quốc,
Suốt một đời vì đại nghĩa quên thân.

Mai khôn lớn con là dân nước Việt,
Hãy sống hiên ngang, nối chí tiền nhân.
Đường ta đi, quyết vượt ngàn gian khó,
Vững chí bay cao như cánh chim bàng,

Đưa cao tay đứng giữa ngàn giông bão.
Rạng danh dân tộc, báo đáp tổ tông.

*

*   *

Con đừng sống như loài không có gốc,
Nay mang tên Việt, mai bảo họ tày.
Làm tủi hổ cho nhà, và cho nước,
Cũng đừng giả dối, phản quốc lừa dân.

Con phải sống cho ra người tử tế,
Không làm đạo tặc bán rẻ lương tri.
Cuộc đời này không phải vì ngoại tộc,
Làm cho muôn họ phải sống lầm than.

Khi vào đời, con chỉ cần lương thiện.
Sống thì vì nghĩa, và chết vì dân.
Đã làm người phải vi hành lễ giáo,
Công danh chỉ là chiếc áo ngoại thân.

*

*   *

Mai khôn lớn con là dân nước Việt,
Đường Cộng Hòa con phải biết tri ân.
Sống Tự Do ta làm người vì nước,
Giữ Độc Lập ta nối bước tiền nhân.

Giải Bắc Nam ta quy về một lối,
Người nước Việt hướng tới an vui.
Đường ta đi, một đời vì tổ quốc,
Bước ta về dẫu muôn thác vì dân.

Hè 2015
Bảo Giang

Ngày về (1)

Rồi một mai hòa bình sẽ tới,
Ta quay về vẫy gió gọi trăng.
Theo ánh đèn lưng mây thấp thoáng,
Cho tiếng lòng rộn rã lên cao.

Này bước chân ta vào muôn ngã,
Tìm bóng hình những dấu chân xưa.
Đây Xuân Lộc rừng chưa thay lá,
Vẫn nguyên hình muôn cảnh hôm nao.

Bên rừng già mưa rào lá đổ,
Với tháng ngày chưa vỡ tương lai.
Anh lính chiến gươm mài sắc bén,
Dành tặng kẻ bán rẻ non sông.

*

*   *

Đây An Lộc, Bình Long giữa sóng,
Đón mưa gào bão táp cuồng phong.
Đưa ta về Kon Tum, tam Quảng
Trong một chiều gió loạn binh đao.

Nơi rừng gia chiến hào ghi dấu,
Những anh hùng của đất nước nam.
Đã về đây ghi dòng chiến sử,
Cho nước Việt rạng rỡ tương lai.

Rồi trang cuối với dòng ghi chú,
Cuối đường hầm lũ chuột tranh ăn.
Nơi chiến trường khóa chân vào xích,
Cho hồ tàu mở nghiệp khai công...

*
* *

Mai ta về qua đồng nắng cháy,
Nơi một thời nếm trải chông gai.
Này máu hòa vào lòng đất mẹ,
Cho bóng cờ mãi mãi trên cao.

Hồn quy về trăng sao đỉnh núi,
Xác còn đây thách gió, mưa rừng.
Để từng đêm ta ngồi với bóng,
Dõi mắt theo ánh lửa vươn cao.

Này chén rượu, mời chào nhân thế,
Ta uống vào như thể mây trôi.
Đây cánh chim giữa trời lộng gió,
Đảo cánh về vui với non sông.

Ta bay qua giữa lòng đất mẹ,
Ta bước về một lối yêu thương.
Nối lại cầu sông Gianh Bến Hải,
Cho Bắc Nam kết giải yên vui.

Để người sau nhớ từng nhịp bước,
Chung tấm lòng vì nước hiến thân.

*

*   *

Rồi ta đi, đến từng thôn xóm,
Cùng nước non vui tháng năm dài.
Ta vẫn đi miệt mài từng bước,
Cho tiếng đàn vọng tới chân mây.

Để thời gian có là cơn lốc,
Mãi mãi còn ghi dấu nơi đây.
Những bóng hình của ngày chinh chiến,
Áo hoa rừng sống với nắng mưa.

Người một lần đem thân vì nước,
Cho ngàn sau tiếp bước đi lên.
Người chiến sỹ ghi tên vì nước
Muôn vạn đời đất nước lưu danh.

05-2015
Bảo Giang

Ngày Ta Về

Ngày ta về như bóng mai lớn dậy,
Nắng vươn lên chiếu rạng cả giang sơn.
Rồi mẹ dẫn con đến trường khai bút,
Tổ Quốc dạy con tiếng nói làm người.

Ngày ta về dẫu cảnh đời sương điểm,
Cũng vẫn là một thời tuổi hái mơ.
Ta đi cho đến khắp vùng đất lạ,
Gởi vào lòng đời muôn vạn tiếng thơ.

Ta sẽ gọi nhà nhà cùng mở cửa,
Đón xuân về trong nguồn cội yêu thương.
Rửa cho sạch, gội cho tan thù óan,
Lấy tin yêu, dựng nước Việt thái hòa.

*

* *

Ta sẽ về giữa dòng đời luân chuyển,
Ngập trong tim theo hơi thở muôn lòng.
Xóa cho hết, lau cho khô dấu lệ.
Chữa cho lành, băng cho kín vết thương.

Ta sẽ về giữa ngày hoa đua nở,
Bỏ sau lưng bao gian khổ đợi chờ.
Đạp dưới chân phường lừa dân bán nước.
Quyét cho sạch lũ cộng phỉ yêu tinh.

Rồi ta về như cánh chim buổi sớm,
Đứng trên bờ tổ hót gọi bình minh.
Ai đó còn đứng trông vời con nước,
Có biết chăng núi sông đã trở mình.

Ta về đây như tiếng lòng mong ước.
Đắp sông lở, dựng lại mái nhà xưa,
Lịch sử ngày mai còn nhiều trang mới,
Vẫn có dân ta trên những nẻo đường.

Ta sẽ về dẫu tóc màu sương điểm,
Thời gian là chi cho đất nghẹn ngào.
Trên đường ta đi vẫn ngàn hoa nở,
Và làng thôn xưa rộn rã tiếng chào.

Ta sẽ về với cảnh nhà rộng mở,
Đón muôn người như hội nước trên sông.
Nhớ ngày đi, thuyền lặng lờ xa bến,
Hôm nay về cả làng trống ngũ liên.

*

*   *

Ta về như con nước xuôi về cội,
Khơi bếp hồng cho đoàn tụ bên nhau.
Chén rượu nồng ta dâng mời non nước,
Cùng giải oan cho những bước bể dâu.

Ta mừng quê ta trong ngày đổi mới,
Nước non ơi, ngàn dặm với mây trôi.
Năm mươi năm biền biệt rời đất mẹ,
Hôm nay về cho nước mắt nở hoa.

Ta về cho sương khói mờ trên cỏ,
Góp lại tình thân không một chuyển dời.
Bồng trên tay một hình hài không đổi,
Khép kín trong tim hơi thở Việt Nam.

Ta sẽ về như mây ngàn trong nắng,
Hát cho vang khúc hát, nhạc quê hương.
Gọi cho ai đó đi ngoài quãng vắng,
Hãy về đây cho tiếng hát chung đường.

Ta vẫn nhớ thề xưa là rất nặng,
Phải diệt cho hết tội ác sài lang.
Ta cũng biết tình yêu là bất diệt,
Nên gọi nhau về trong nghĩa Việt Nam.

*

* *

Ôi quê hương, ngày mai là khúc hát,
Tất cả chúng ta là một con đường.
Nhà có giột nhưng ta chung bức vách,
Giậu nghiêng cổng đổ, hơn khác cội nguồn.

Ta về đây dựng lại bao nếp cũ,
Sống bên nhau , chung cảnh một nhà nam.
Ngoài biên, lưới thép ta ngăn lũ giặc,
Đồng nội, nương sắn, lúa gạo nuôi dân.

Rồi ta về cho non sông lớn dậy,
Gọi muôn núi đồi hãy đứng cho cao.
Chuyện cũ năm mươi năm là giấc ngủ,
Nay ta về cùng nhau đón nắng lên.

Ở đó không còn người người thơ thẩn,
Với nét tang thương phủ kín cảnh nhà.
Nơi ta đứng là quê cha đất tổ,
Sống giữa trời bằng hơi thở Việt Nam.

20-7-2015
Bảo Giang

Bài ca vì tổ quốc?

Hãy đứng lên, hỡi người dân Việt,
Thoáng bảy mươi năm đã quá dài.
Ánh lửa nghìn xưa không thể tắt,
Mà đời người chẳng quá trăm năm.

Hãy nhìn dòng sử như dòng nước,
Chảy, chảy mãi, chẳng lúc nào ngưng.
Đây, Anh tài hiên ngang vì nước,
Kia, bạo ngược phản phúc hại dân.

*

* *

Đây tiếng ca trên đường lịch sử.
Đường ta đi bóng tới ngàn sau,
Bước ta về vang cùng trời đất,
Dọi vào lòng tiếng gọi non sông.

Nao đứng dậy bên nhau ta bước,
Tất cả chúng ta một con đường.
Ta đứng lên chung lòng vì nước,
Anh bên tôi chung đuốc dẫn đường.

Ta bên nhau cho ngàn hoa nở.
Ta bên nhau mở nghiệp tình thương,
Nào đứng lên đáp đền ơn nước,
Ta đan tay chung đuốc Tự Do.

Ta đi cho ngày mai đổi mới,
Ta đi cho đất nước chuyển mình.
Ngày ta đi đời hòa tiếng hát,
Bước ta về hoa nắng dâng cao.

*
* *

Kìa Bạch Đằng Ngô Vương dẫn lối,
Đây Hưng Đạo, Lê Lợi gọi tên.
Đường Quang Trung ta bên nhau bước,
Ta đi theo ngọn đuốc Đống Đa.

Ta lướt theo Hồng Hà vươn sóng,
Ta bước tới cho sóng biển tràn.
Ta đứng lên cho ngàn hoa nở,
Ta đan tay lũ Hán cùng đường.

Nào về đây cho ngày đổi mới,
Ta về đây hướng tới tương lai.
Này gươm thiêng nghìn năm giữ nước,
Đây chiến bào đã khắc tên anh.

Anh bước đi đập tan xiềng xích,
Chị quay về nước Việt nở hoa.
Núi sông này tiền nhân để lại,
Hãy đứng dậy, đứng dậy đi anh.

Giòng máu Việt nghìn năm không đổi,
Lời thề này sông núi khắc ghi.
Ta vươn vai cho ngàn bão nổi,
Ta đứng dậy thay đổi ý trời.

Ta thà chết không làm nô lệ,
Con cháu Việt không thể khom lưng.
Ta đứng cao như vầng trăng sáng,
Rạng đất trời tiếng hát Việt Nam.

*

*   *

Ta xoá đi niềm đau ngày trước,
Ta đem về nhịp bước thênh thang.
Trên tay ta, muôn ngàn hoa nở.
Ta đem về sống với yêu thương.

Anh bên em hòa chung khúc hát,
Tay đan tay chung bóng trên đường.
Ta đứng lên đón làn nắng mới,
Em đứng dậy khai mở tương lai.

Đường ta đi, thênh thang rộng mở,
Bước ta về rạng rỡ non sông.
Đường quê xưa muôn lòng đổi mới,
Đất nước Việt bước tới vinh quang.

04-2012

Bảo Giang

Tuổi trẻ và mộng ước

Tuổi trẻ ta đi biệt xóm làng,
Những mong ngày tháng sẽ bình an.
Ta về dựng lại ngàn mơ ước,
Để lấp cho đầy những vấn vương.

Mộng vẫn còn đây, xuân chẳng đến,
Chờ ngày trở lại chẳng đò sang.
Nhìn nam cánh nhạn theo dòng lệ.
Đất Bắc còn thêm lắm phũ phàng.

2005
Bảo Giang

Thu 54

Một sớm thu về cảnh trái ngang,
Khắp làng muôn phố bỏ nhà hoang.
Vườn xưa hoa nở không còn nữa,
Cảnh mới khua chiêng với bạo tàn.

Hướng bắc khiêng về cây lá đỏ,
Phương nam ngoảnh mặt chẳng nhìn sang,
Đường đi cách biệt không cùng lối,
Đất nước từ đây suối lệ tràn.

2007
Bảo Giang

Công nghiệp

Đấu tố ra công, nghiệp tất thành,
Đầu dân rụng xuống, Hồ lưu danh.
Nghìn sau sử Việt còn lưu ký
Đất nước tang thương vỡ mộng lành.

Cộng phỉ cao tay nghề bán nước
Theo Tàu diệt Việt đảng cầu danh.
Xênh sang áo mão hàm quan cán,
Giết vợ từ con mộng tất thành.

2005
Bảo Giang

Mộng ước nào?

Giấc ngủ mười năm đã vội qua,
Đường về cố quận vẫn ngoài xa.
Theo mây dệt mộng đưa tay với,
Gió thổi sang canh mắt lệ nhòa.

Mới biết đường trần nhiều ảo ảnh,
Núi sông cách trở quãng đường xa.
Người đi đi mãi vào nhung nhớ,
Trắc trở nghìn đêm mộng thái hoà.

1998
Bảo Giang

Ly Sầu

Ly sầu cứ mãi cạn tâm can,
Đêm nhớ ngày dài chẳng thở than.
Ngửa mặt nhìn trời trăng đã lặn,
Quay về phương bắc, cảnh nhà tan.

Ra đi ngày tháng trôi như bão,
Nắng mới chưa lên, bóng đã tàn.
Muốn hỏi đường về không thấy lối,
Nhìn lên tấm lịch tháng năm sang.

2005
Bảo Giang

Tiếng thu

1.

Tiếng thét lưng trời buổi cuối thu,
Xóa đi giông bão với mây mù.
Toàn dân đứng dậy vì non nước,
Khắp lối cờ tây lộn xuống mồ.
Những tưởng từ đây dân cất bước,
Nào ngờ liềm búa trốn trong khu.
Quay về đấu tố khai ngày hội,
Cả nước điêu linh cát bụi mù.1997

2.

Mảnh đất nhà nam nhớ buổi nào,
Hồ về lẫm liệt mảnh cờ sao,
Ruộng đồng phút chốc tanh mùi máu,
Phố xá nghênh ngang một gã Tào.
Phát lệnh quần hồng mở đấu tố,
Vạn ngàn dân Việt gặp trăng sao.
Tang thương cả nước không đường sống,
Một mảnh cờ Tàu nát nước Nam.

1997

Bảo Giang

Nắng chiều

Nhìn nắng chiều ba mươi sắp tắt,
Mẹ vào ra thở hắt cơn đau.
Đôi mắt già mỗi ngày thêm nặng,
Mà cảnh chừng chẳng thấy đổi thay.

Tháng năm dài, ai hay quá ngắn,
Cho mái đầu bạc trắng như vôi.
Từng đêm về nhìn trời lẻ bóng,
Cho đường trần gặp sóng đau thương.

*

*   *

Kìa mỗi chiều cuối đường nắng tắt,
Một bóng hình héo hắt trên sân.
Vòng tóc bạc trên thân má hóp.
Cho dáng đi, nhịp bước chẳng đều.

Đôi mắt lòa nhìn đời chẳng rõ,
Mà tháng ngày cứ vội qua mau,
Lại sóng gió trên đường không dứt,
Để cho bà thao thức sớm hôm,
Nhìn cây mai năm nào gặp bão.
Nay mấy mùa hoa nở đi qua.
Cành lá xanh vờn theo năm tháng,
Nó chẳng còn hình dáng kiêu sa.

*

*   *

Tội cho bà từng đêm thức trắng,
Cho mái đầu bạc trắng như vôi.
Lại cuối chiều chẳng ngơi nhung nhớ,
Bởi đường trần tan vỡ đau thương.

Hỏi ngày mai cuối đường nắng tắt,
Chuyện thế cuộc biết dạt về đâu?
Hỏi đất trời vun đầy năm tháng,
Hay dòng đời vội vã đi qua.?

Còn nơi đây có là cuối sóng,
Đón nắng mưa, sớm tối mỗi ngày.
Cho tóc bạc đuổi mây, theo gió,
Cho nước mắt gởi với mưa rơi...

*

* *

Rồi bước chân mỗi ngày thêm nặng,
Mà đường trần chẳng có đổi thay.
Nắng vẫn theo cánh hồng đỏ ối.
Cho ngày dài bóng tối vây quanh.

Nhìn đàn con vẫn còn vắng nó,
Tấm thân già thật khó nghỉ ngơi.
Ngoài xa kia mưa rơi, nắng tắt,
Cảnh trong nhà lại thắt cơn đau.

02-2020
Bảo Giang

Nước mắt ngày đi (1)

Kỷ niệm một chuyến đi 01-1981

Ngày tôi đi đất trời còn tối,
Dọc con đường chẳng thấy người qua.
Từ trên cao nắng trời vừa chớm,
Đôi làn gió nhẹ cuốn theo sau.

Kìa ngọn lúa nhẹ đùa với gió,
Như tiễn tôi xa cách quê nhà,
Cho nước mắt từ đây nhỏ xuống,
Trên quãng đường ta bước xa quê.

*

*   *

Ngày Tôi đi với lời mẹ dặn,
Trở về, con ơi phải về Nam
Đây quê hương ngàn năm vẫn đợi,
Mảnh đất này mẹ mãi chờ con.

Dẫu cho rằng mai sau tóc bạc,
Trên mảnh đất này mẹ vẫn chờ.
Bởi con đi là vào quãng vắng,
Xa mái nhà xa cả quê cha.

*

*   *

Rồi nắng lên cho gà gọi sáng,
Thoáng quanh đây chẳng có bóng ai.
Quãng đường làng như xa lạ quá,
Nhìn lên trời chỉ mấy vì sao.

Như ngẩn ngơ, tiễn người xa xứ,
Cho con đường ngập nước mắt rơi.
Có phải chăng, đất trời đã biết,
Lòng dân Việt khi biệt cố hương.

Từ mảnh đất cha ông gắn bó,
Đây mái nhà công khó bao năm.
Nay ra đi, tìm vào quãng vắng,
Xa đường về, biệt cả người thân.

Lòng người đi như ngàn dao chém,
Đến bao giờ trở lại nơi đây.
Này cha mẹ từng ngày trông ngóng,
Kia thôn làng dưới sóng đau thương.

*

* *

Tôi vẫn nhớ khung trời năm ấy,
Bao lệ tràn trên quãng đường xa.
Ngoài kia là cánh đồng gió cuốn,
Bên đây là ngõ tối không tên.

Cùng gặp gỡ cho tràn nước mắt.
Đổ xuống đường trong lúc chia tay.
Này mái trường của ngày thơ ấu,
Kia lớp học khi mới lên năm.

Nay nhìn lại trong lần gĩa biệt,
Cho nhớ thương chảy xiết trong tim.
Rồi ta đến nơi chưa lần đến,
Cho cuộc đời cặp bến tương lai? (còn tiếp.)

2020

Bảo Giang

Ngày Mai Ta Về

Rồi mai ta về,
Đất trời đổi mới:
Trên cao nắng trải lụa Vàng,
Dưới chân một mảnh quần Hồng thâm đen!

Ngày mai ta về với muôn tiếng hát,
Giữa tiếng reo vang chim hót không ngừng.
Ta mừng quê ta trong ngày đổi mới.
Ta đón nhau về với tiếng hoan ca.

Hòa với nhạc, Tự Do là hơi thở,
Sống Hoà Bình là nguồn cội yêu thương.
Vui với nước, Độc Lập là vĩnh cửu.
Quyện vào nhau như cơm áo không rời.

Rồi con mừng mẹ trong màu tóc bạc.
Đón cha về trong tiếng hát quang vinh.
Ta mừng em tuổi thơ vừa lớn dậy,
Rạng nét hân hoan vui bước đến trường.

Ta mừng người lính hiên ngang vì nước.
Đã lấy máu xương mà rửa quốc thù.
Mừng người chị trong tà áo mới,
Đón anh về cho hơi thở vào tim.

*

*   *

Nhớ hôm xưa khi quân giặc kéo về,
Cha đứng dậy, lòng tự hào vững bước,
Dục con đi theo dáng đứng tiền nhân.
Mở hòa bình cho núi sông hùng vỹ.

Để ngày mai hoa nở thế đao binh.
Đường con đi trên vai là Tổ Quốc
Mở tiếng ca vang khơi vỡ đất trời.
Không là sông mà cuồn cuộn sóng lớn,

Không là biển mà thác đổ ầm vang.
Đập cho tan những gông cùm búa đỏ.
Phá cho nát mặt hồ cộng yêu tinh.
Để ta hòa lòng vào nguồn sống mới,
Dựng lại Việt Nam trong khúc thanh bình.

*

*   *

Rồi mai ta đi trên đường quật khởi,
Vai kề vai trên khắp nẻo quê hương,
Anh kể tôi nghe muôn ngàn chứng tích,
Chẳng là bom rơi, pháo nổ, đạn bay,

Mà là triệu con tim chung nhịp thở,
Cùng tiếng gọi, chung khát vọng yêu thương.
Là nguồn cội, mở bước đường Độc Lập,
Là công sức, ước vọng của toàn dân.

Cùng góp vào cho ngày mai nắng mới,
Cho người người chung bước tới tương lai.
Ở đó là yên vui ngàn hoa nở.
Ở đó là bước đường của Tự Do.

*

* *

Rồi mai đây thanh bình trên đất mẹ,
Ta bên nhau giữa lòng phố thân yêu.
Hoà nụ cười cho tan đi bóng tối,
Tay xiết tay cho ngày tới yên vui.

Nhìn quê xưa không mất đi đồi cỏ,
Mở tương lai chẳng thiếu một rừng hoa.
Ta đón nhau về vui hòa tiếng hát,
Bắc Nam quy về một hướng Tự Do.

20-07-2008
Bảo Giang

Nỗi lòng Mẹ Việt Nam (1)

Mai con về đất trời đổi mới,
Khắp thôn làng thơ thới hân hoan.
Hòa với nhạc ngàn hoa tươi nở,
Rạng đất trời nhịp thở non sông.

Mai con về đường vang câu hát,
Khóm mai Vàng thơm ngát trên sân.
Mẹ mỉm cười mừng con đà lớn,
Đón xuân về với tiếng yêu thương.

Mẹ vẫn nhớ, nhớ ngày năm trước,
Nước mắt còn thắm ướt trên mi.
Trên giường bệnh mẹ ghi ngày tháng,
Đôi mắt mỏi vẫn ngóng ra sân.

Ngoài trời kia bóng tà đỏ chói,
Chiếu vào lòng muôn nỗi đắng cay.

*

*   *

Mẹ vẫn nhớ ngày con vừa lớn,
Đã một lần cất bước ra đi.
Trong đêm tối giã từ đất cũ,
Bước xuống thuyền mộng ước tương lai.

Mặc sóng gió, ngày mai thay đổi.
Mong chuyến tàu cặp bến tự do.
Ở nơi đó không lo cộng sản,
Có yên vui con sống nên người.

Chờ một ngày đười ươi, cáo thác,
Ta trở về mảnh đất quê cha.
Cùng nơi đây chung ngày hội lớn.
Đan đôi tay vui với tình người.

*

*   *

Mẹ còn nhớ những ngày thu ấy,
Trong đôi quang mẹ gánh con đi.
Xa đất bắc lòng ghim dao cắt,
Gĩa từ nhà nước mắt trên mi.

Những tưởng là ngày đi sẽ ngắn,
Ta quay về báo đáp ông cha.
Có ai ngờ ngày chờ chẳng đến,
Đất phương nam mất bến, vỡ đò.

Rồi con đi, cách đò xa bến,
Mẹ bảo rằng, mẹ vẫn ở đây.
Vẫn từng chiều nắm tay chung gánh,
Vẫn từng ngày tay nắm lấy tay.

Đi đi con, ngày mai sẽ đến,
Mẹ vẫn chờ trên bến năm xưa.
Dẫu đường trần nắng mưa, thác đổ,
Mẹ mỗi chiều vẫn đợi trên sân.

Bàn tay Mẹ ân cần trước ngõ,
Đón con về, về với quê hương. (ct)...

04-2015
Bảo Giang

Nỗi lòng Mẹ Việt Nam (2)

Ngày con đi, trong nắng cuối mùa,
Bậc thềm này con rời tay mẹ,
Đôi mắt già lướt nhẹ trên sân.
Mẹ muốn nhìn mà đành quay mặt,

Bởi chợt thấy mặn đắng trên môi.
Nhìn hàng cây, núi đồi chao đảo,
Con khuất bóng ở cuối đường dài.
Mẹ bước vội vươn tay, trông với,

Cánh rào thưa che vướng cuối đường.
Cho nước mắt trào dâng ướt áo.
Tiếng nấc về nghẹn đắng tim côi!
Rồi ngày qua, gió về cô quạnh,

Chẳng bóng hình, vắng cả tiếng con.
Mẹ vò võ, mỏi mòn con mắt,
Cha con ngồi dưới nắng lặng thinh.
Đôi mắt đợi, vẫn nhìn ra ngõ.

Mà chừng như chẳng có tin vui.
Kìa năm tháng đè lên mái tóc,
Cho một ngày... tiếng khóc vươn cao...

*

* *

Cảnh nhà ta đi vào trống vắng,
Đả bao đêm gió lạnh trở mùa.
Mẹ vẫn ngồi đợi chờ nắng mới,
Dõi hình cha trên lối ra vào.

Nghe tiếng trẻ trên đường ca hát,
Ngoảnh ra nhìn chỉ thấy lá rơi.
Mẹ đếm bước chơi vơi ngoài ngõ,
Năm canh dài vò võ quạnh hiu.

Những tưởng là mưa chiều sẽ tận,
Ta sẽ vào ngày tháng chia tay.
Ai dám ngờ hôm nay mẹ sống,
Ôm lại con trong cánh tay này.

Cho ta vui ngày dài mong nhớ,
Trả ta về, về với yêu thương.
Ta về với màu cờ tổ quốc,
Trong nắng vàng rạng rỡ non sông.

*

*   *

Rồi một mai nếu mẹ đi xa,
Khi gặp cha đan tay trìu mến,
Mẹ sẽ rằng con nó đã về.
Về với dân và về với nước,

Kìa bóng cờ tổ quốc thân yêu.
Theo nắng vàng ngàn hoa lại nở,
Khắp thôn làng tiếng hát vang vang.
Này tiếng gọi của ngàn em bé,

Trong hân hoan bước nhẹ đến trường.
Đây tiếng hát của ngàn thôn nữ,
Trên đôi vai gánh chữ tình nhà.
Đi bên cô người trai thời chiến,

Chàng về đây khi hết chiến tranh.
Tay trong tay vui ngàn khúc hát,
Mái tranh nghèo vươn tới mây xanh.
Việt Nam ơi đây ngày đổi mới.

*

* *

Việt nam ơi đây ngày đổi mới,
Ta sẽ về vui với quê ta,
Để ngàn sau chung bài ca mới,
Cho người người sống với yên vui.

Việt Nam ơi, sử nghìn năm trước,
Đã gởi lại lũ cháu đàn con.
Cùng nhắc nhở cho dòng dõi Việt,
Đây quê hương, đất nước mến yêu.

Là mạch sống của nhiều thế hệ,
Gởi ngàn sau nối tiếp tiếng ca,
Đường Việt Nam thênh thang hoa nở,
Cùng đất trời vui với Tự Do.

05-2015
Bảo Giang

Đường gió bụi

Kìa đường gió bụi với mưa rơi,
Bến vắng còn bày cảnh tuyết phơi.
Một quãng đường dài, không quán nghỉ,
Không nhà, không phố, không tăm hơi.

Xa kia nắng đã qua sườn núi,
Lữ khách về đâu lánh bụi đời.
Muốn hỏi người đi có trở lại,
Hay là vẫn bước dẫu hoa rơi.

03-1984
Bảo Giang

Than phận

Mới đó mà rồi tóc điểm sương,
Một đời như đã chẳng còn vương.
Đôi mươi vó ngựa vang trời đất,
Bảy bó da bồi tóc gội sương,

Vẫn bước từng ngày tâm chẳng đổi,
Dặn dò con cháu giữ quê hương.
Đường xưa vắng lặng không người tới,
Ngửa mặt nhìn trời đau buốt xương.

2020
Bảo Giang

Tơ Trời

Ấy quãng bơ vơ khéo buộc ràng,
Đôi vai không nợ lại cưu mang.
Người đem nhau đến từ muôn kiếp,
Con Tạo trêu ngươi cảnh lỡ làng.

Bể Bắc chim đi tìm tổ ấm,
Bến Nam ngóng đợi chẳng cầu sang.
Năm mươi năm trước đà không phận,
Mũ áo làm chi buổi lá vàng.

2009
Bảo Giang

Tuổi học trò

Ôi nhớ thương sao tuổi học trò,
Con đường thơ ấu mộng và mơ.
Tung tăng theo bướm vờn thiên lý,
Nhảy múa như trăng dưới đáy hồ.

Trang sách viết vào muôn dấu ái,
Tấm hình gởi lại những vần thơ.
Vòng tay ôm lấy nghìn thương mến,
Còn mãi trong tim tiếng hẹn hò.

1978
Bảo Giang

Cuộc chia ly

Gạt dòng nước mắt tiễn anh đi,
Ở lại quê nhà em ước chi,
Chí cả vá trời anh đạt vọng,
Giữa trời vùng vẫy chí nam nhi.

Trần gian mộng đẹp mà hư ảo,
Vinh nhục vào đời một hướng đi.
Hiển rạng non sông hay nuốt nhục,
Đôi dòng ghi vội để anh đi.

1981
Bảo Giang

Mất nước

Tháng bốn ghi vào sử nước Nam,
Tang thương gẫy đổ ngọn cờ Vàng.
Vạn dân than khóc không đường sống,
Cả nước trôi theo khói lửa tàn.

Lá đỏ vẫy cờ khoe dáo mác,
Máu dân loang đổ khắp thôn làng.
Tự Do đi mãi không về nữa,
Độc Lập nơi đây cộng chắn đường.

04-1985
Bảo Giang

Mộng Ước Chinh Nhân

Tôi vẫn nhớ những dấu chân xưa,
Anh mười tám gĩa nhà, xa bạn,
Bước lên đường với áo chinh nhân.
Làm người lính của thời dâu bể.

Anh đi cùng nguyện ước giang sơn.
Bắc, triệt cường đồ ngoài cửa ải.
Nam dẹp phường bán nước hại dân.
Đưa quê hương đến ngày tươi sáng.

Rồi anh về vui với đồng xanh,
Nhìn trẻ thơ đến trường mỗi sáng,
Trong hân hoan dưới nắng mặt trời.

*
* *

Tôi mãi nhớ đường chiều hôm ấy
Lũ em buồn đứng khóc trên sân,
Kìa mẹ già vân vê vạt áo.
Đôi giọt dài đã rớt trên tay.

Rồi người lính, dừng chân đứng lại,
Nhìn cảnh nhà như vắng hẳn đi.
Mà phận trai phải vì xã tắc.
Anh một lòng vì nước quên thân.

Bởi dòng đời như cơn gió thoảng,
Mưa hôm nay và nắng ngày mai.
Còn lại chăng là tình đất nước,
Với yên bình hạnh phúc cho dân.

Mong ngày mai đường trần đổi mới,
Quê hương này với nắng Tự Do.
Cho vạn sau trời nam ngời sáng,
Đất nước Việt mãi nở muôn hoa.

*

* *

Đời người lính, thân là nghiệp nước,
Bước sông hồ lắm nỗi chông gai.
Kìa máu chảy ở nơi trận tuyến,
Đây mồ hôi nhỏ xuống rừng đêm.

Tất cả là thường tình cuộc sống,
Thân đại bàng vỗ cánh lưng mây.
Bão phương nam hoặc là gió bắc,
Anh ngại gì mưa nắng chông gai.

Đời người lính chẳng cầu quan tước.
Anh ra đi vì đất nước nam.
Mong ngày mai đồng vươn lúa mới,
Cho em thơ vui bước đến trường.

Phần người lính, vì dân vì nước,
Tất cả vì hai chữ Tự Do.
Đường anh đi mưa dầu nắng lửa,
Chân đạp trên mũi đạn làn tên.

Anh bước đi xá gì gian khó,
Chí một lòng sống với non sông.
Thân dầu thác ở cùng cát bụi,
Cho hồn linh về với giang sơn.

*

* *

Kìa tiếng súng giữa trời vang dội,
Đây quân thù chết dấp dưới chân.
Anh băng mình vào trong bão lửa,
Bước chân anh muôn thuở chẳng ngừng.

Chiều đông lạnh, thân không áo ấm,
Đêm thu dài giấc ngủ chẳng yên.
Nay gốc cây trên rừng, vách núi,
Mai viên đá bên suối tựa đầu.

Đường quân đi mưa rừng gió núi,
Gánh sơn hà chất nặng trên vai.
Từ rừng nam đồi cao, dốc thẳng,
Đến biển bắc, núi đá cheo leo.

Nay vượt rừng, băng qua ghềnh thác,
Mai bước đi dưới lớp sương mờ.
Nghe chim ca cho trời đổi mới,
Chờ vượn hú cho thấy nắng lên.

Lỡ một chiều bạn đường ngã xuống,
Nó cầm tay nhắn gởi quê hương.
Cho áo trận thêm ngàn gánh nặng,
Thân dẫu tàn quê mẹ phải yên.

*

* *

Kìa giấc mộng sau ngày chinh chiến,
Anh trở về vui với làng thôn.
Theo đàn trâu ra đồng mỗi sớm,
Bước chiều về lúa nặng trên vai.

Người trải qua một đời gió núi,
Ước mong là đất nước yên vui.
Cùng muôn người chen vai sánh bước,
Tay đan tay non nước thái hòa.

Quê hương ơi lòng trời sẽ mở.
Ở đó là, Độc Lập Tự Do.
Ở đó là, ấm no hạnh phúc.
Cho người đi kẻ ở chung lòng.

2015
Bảo Giang

Đất lạ!

Đường đất khách dài theo năm tháng.
Lòng người đi nhớ mãi cảnh chiều.
Mơ về làng với diều lên xuống,
Cùng đàn trẻ nhảy múa trên sân.

Kìa khóm trúc la đà cuối xóm,
Vẫn bốn mùa khoe sắc xanh tươi.
Mai đến mùa hoa cau nở trắng,
Nhắc người đi nhớ mãi quê xưa.

Này bến nước bên dòng sông cũ,
Vẫn theo nhau lên xuống bốn mùa.
Cho đàn cá vui đùa trong nắng
Theo áng mây vương vấn cuối trời.

Kìa thuyền tình chở ai rời bến,
Sáng qua sông chiều đến có về.
Cho ngày tháng xuân hè thương nhớ,
Cho mộng lòng gởi với tương lai...

*

* *

Tôi vẫn nhớ bến đò xưa ấy,
Đã bao lần đón bước chân ta,
Chỉ nhìn trời mà lòng hoa nở,
Cho cuộc đời ghi dấu tuổi mơ.

Ôi, ta mong ngày về bến cũ,
Gặp lại người với tháng năm xưa.
Dầu mưa nắng với ngàn thay đổi,
Người với người tay nắm lấy tay.

Ta dẫn nhau về ngày xưa ấy,
Này con đường bên mái tranh quê,
Kia ngôi đình trăng rằm mỗi tháng,
Đưa ta về mây nước chung đôi.

Đưa ta về đan tay mỗi sáng,
Vui đến trường, dưới nắng thênh thang.
Đưa ta về những ngày mưa nắng,
Cho ta vào năm tháng yên vui.

*

* *

Nay tất cả già đi trước tuổi,
Kìa con đò vẫn lướt trên sông.
Đây bến cũ đã nhiều thay đổi,
Biết tìm đâu bóng dáng năm xưa?

Ta bước về đường xa lạ quá,
Xót lòng ta thương nhớ khôn nguôi.
Đường chân trời chẳng màu năm trước,
Mà ráng đỏ như đã vươn cao.

Cho dân ta cuộc đời tăm tối,
Cho dòng sông bến cũ quạnh hiu.
Kìa đường làng chừng như quá vắng,
Chẳng thấy nơi đây tấm áo dài...

*

* *

Ước một mai giang san đổi mới,
Ta sẽ về tìm lại dáng xưa.
Tìm con đường với dòng sông cũ,
Nắng vươn lên cuối độ ánh vàng.

Cho người về vui trong gió mới,
Để một đời có một tiếng yêu.
Yêu người, yêu nhà, yêu đất nước,
Cùng người người bước tới ngàn sau.

Đây nắng vàng như hoa tươi nở,
Ta bên người nhịp thở thênh thang.
Cùng trải qua muôn ngàn gian khó,
Nước thanh bình ta hát vang vang.

đầu năm 2004

Bảo Giang

Mộng ước ngày mai.

Ta ước ngày mai khi thức dậy,
Nắng mới về trên bến năm xưa.
Này con đường như mơ ngày trước,
Đây tiếng ca vang dưới mái trường.

Ta sẽ đến nơi đầy kỷ niệm,
Đưa hồn vào giấc mộng bay xa.
Này đình làng, cây đa bóng mát,
Đây sân chùa, tiếng mõ chuông ngân.

*
*   *

Tôi vẫn nhớ những ngày xưa ấy,
Tôi muốn sống lần được gọi tên,
Đôi chân run, bước lên từng bước,
Bàn tay thô, nắm chặt giây cờ.

Khi nắng lên, tiếng ca vọng tới,
Đoàn trẻ thơ đứng giữa sân trường.
Cùng vươn theo ánh vàng phất phới,
Đưa hồn người lên với cung mây.

Tôi yêu đất nước nghìn năm ấy,
Vẫn mãi trong tim một ánh vàng.
Đời học sinh vươn ngàn khát vọng,
Theo tiếng ca, vang tận cuối trời.

Nay về đây, sân trường vắng vẻ,
Bao trẻ thơ chẳng đến mái trường.
Bởi nơi đó giờ vươn lá đỏ,
Học bài tàu, chối bỏ non sông!...

*

*   *

Tôi vẫn nhớ khung trời ngày trước,
Chào cờ xong trẻ bước theo hàng.
Tay trong tay, đi vào lớp học,
Thày cô đến, sách đọc vang vang.

Kìa giờ nghỉ, với ngàn tiếng sáo,
Lớp tiếng reo như sóng trên ngàn.
Này hàng bánh, xe kem đã sẵn,
Tiếng gọi mời, rộn rã trên sân.

Ngoài đường lớn, như ngày lễ hội,
Dàn trâu cày vội vã lên nương,
Nhìn đồng lúa miên man trước mặt,
Đưa tôi về khúc hát ngân vang.

Tôi đã gặp bao chàng lính trẻ,
Họ ngày đêm bảo vệ non sông.
Súng trên tay, canh phòng lũ giặc,
Ngăn chúng về trộm cắp giết dân.

Tôi vẫn nhớ chuyện ngày xưa ấy,
Mùa thu về giặc cướp công lao.
Đưa non nước vào đường chia cắt,
Để muôn người bỏ bắc vào nam.

*

*   *

Kìa người khóc bên bờ Bến Hải,
Đây dân làng bỏ lại quê xưa.
Bao cánh chim giữa trời gãy cánh,
Để lại đây vạn gánh tang thương.

Tình đất bắc, ngàn năm gãy đổ.
Giặc cộng về, đấu tố, khai đao.
Đầu làng trên, mai đào chết đứng,
Giữa đình làng hồ dựng cán dao.

Muôn vạn dân nghẹn ngào than khóc,
Trăm ngàn người gặp cáo, thác oan.
Phần lũ trẻ, vỡ đàn tan nghé,
Ước mơ chi chuyện đến mái trường.

Bởi người đi, bầy hồ tìm đến,
Chúng về đây, gươm giáo trên tay.
Cho Bến Hải, hai hàng nước mắt,
Hỏi lòng người còn ước tương lai?

*

* *

Tôi vẫn ước ngày mai đổi mới,
Cả đôi bờ bước tới đan tay,
Cho em về nghe ngàn tiếng sáo,
Cho tôi về đón nắng quê hương.

Cùng em bé ra đồng đuổi bướm,
Tay trong tay đi tới cuối trời.
Cho tôi gặp tuổi thơ đã mất,
Cho tôi về khúc hát năm xưa,

Ôi quê hương, ôi ngày trở lại,
Ta giang tay dưới mái đình làng.
Đứng dưới trăng mà lòng vương nắng,
Cho người người hướng vọng tương lai.

Ở đó là Việt Nam ngày mới,
Có nắng vàng vươn tới chân mây.
Người với người đan tay chung sống,
Cho lòng Việt hướng vọng tương lai.

*

*   *

Kìa con đò vào ra trên bến,
Đưa rước người sáng tối sang sông.
Dẫu là đêm mà trời vẫn sáng,
Chẳng xích xiềng như tháng năm xưa.

Có đất trời vui cùng non nước,
Với con người vui bước thênh thang.
Sáng lên non gọi mây tìm gió,
Chiều xuôi về đồng lúa mênh mông.

Ôi quê hương, nắng vàng rực rỡ,
Đây tình người muôn thuở là thơ.
Ta ước về chân trời nắng mới,
Cho người người hướng tới tương lai.

Ở đó là Việt Nam ngày mới,
Ở đó là đất nước Tự Do.

02-2014
Bảo Giang

Tiếng gọi lên đường*

1.

Nào anh em ta,
Mau hãy về đây mà lên đường,
Liều thân cho quê hương,
Cho tương lai Việt Nam ngời sáng .

Nào anh em ta,
Mau nắm tay nhau cùng lên đường,
Dẹp tan quân xâm lăng,
phá cho tan hết mọi xích xiềng.

Việt Nam ơi, đứng lên đi, ta còn đây sức sống kiêu hùng.
Việt Nam ơi, mau về đây, ta cùng nhau đáp lời sông núi.
Tiến bước, tiến bước lên, xây ngày mai quang vinh.
(một, hai, mời bạn cùng hát chung nào)

2.

Ngày mai yên vui.
Ta bước bên nhau mà vui cười.
Mừng nhau trong hân hoan,
Lau sạch đi muôn làn nước mắt.

Nhìn quê hương ta,
Ôi nước non xinh đẹp vô cùng.
Mẹ bồng con trên tay,
hát vang vang khúc nhạc thái hòa.

Việt Nam ơi, đứng lên đi, ta còn đây sức sống kiêu hùng.
Việt Nam ơi, mau về đây, ta cùng nhau đáp lời sông núi.
Tiến bước, tiến bước lên, xây ngày mai quang vinh.
Tiến bước, tiến bước lên, xây ngày mai quang vinh.

3.

Nhìn xem quê ta,
Non nước nghìn năm giờ điêu tàn.
Cộng gây ra đau thương,
Cho dân ta không còn sức sống.

Người xa quê hương,
Mau hãy về đây cùng kết đoàn,
Dẹp tan quân xâm lăng,
phá cho tan hết mọi xích xiềng.

Việt Nam ơi, đứng lên đi, ta còn đây sức sống kiêu hùng.
Việt Nam ơi, mau về đây, ta cùng nhau đáp lời sông núi.
Tiến bước, tiến bước lên, xây ngày mai quang vinh.
Tiến bước, tiên bước lên, xây ngày mai quang vinh.

4.
Rồi mai yên vui,
Sông núi từ đây là thanh bình,
Người người trong hân hoan,
Vai chen vai chung một khúc hát.

Việt Nam quê ta,
Non nước nghìn năm đẹp vô cùng.
Người người trong tin yêu,
Xoá cho tan hết mọi oán thù...

Việt Nam ơi, đứng lên đi, ta còn đây sức sống kiêu hùng.
Việt Nam ơi, mau về đây, ta cùng nhau đáp lời sông núi.
Tiến bước, tiến bước lên, xây ngày mai quang vinh.
Tiến bước, tiến bước lên, xây ngày mai quang vinh.

Mùa quốc hận 2010
Bảo Giang

Mai ta về (2)

Mai ta về ngày xuân tháng hạ,
Nắng đưa về gió lặng biển yên.
Ta giang tay đón làn gió mới,
Trên con đường góc phố nở hoa.

Rồi nắng lên theo ngàn tiếng hát,
Ta bên nhau đếm bước trên đường.
Em ca vang cho đời đổi mới,
Ta đan tay, hướng tới tương lai.

Người bên người giữa trời nắng ấm,
Cùng quy về ngày tháng yên vui.
Ta ôm lấy hồn thơ tươi nở,
Mở vòng tay đổi mới cho đời.

*

*   *

Mai em về nắng vàng rực rỡ,
Ta đan tay như thuở còn thơ.
Anh bên em vui mùa lúa mới,
Mừng quê hương đổi mới tự hào.

Anh không là cường hào ác bá,
Em sẽ là tiếng hát quê ta.
Cùng đem về tương lai yêu dấu,
Mở con đường rộng bến tình thương.

Mai ta về với làn gió mới,
Đất nước Nam sống với tự hào.
Đường quê ta vui ngàn gánh lúa.
Dân nước Việt sống với an vui.

Từ cao nguyên tới nơi đồng ruộng,
Ta đan tay xây dựng quê ta.
Để ngàn sau tên em tên nước,
Chung bài ca hát với quê hương.

Ngàn vạn thu nắng vàng bừng sáng,
Cho người người tiến bước khang an.
Đường phương Bắc chân trời rộng mở,
Đất hướng Nam hoa nở thênh thang.

Mai quê ta không còn cách trở,
Ta bên nhau hơi thở tuôn trào.
Vòng tay ấy chen vào hơi ấm,
Gió tan đi lạnh giá hôm nao.

*

* *

Mai ta về bên ngàn ánh đuốc,
Mừng quê hương chung bước tương lai.
Đường Việt Nam cờ bay trong gió,
Dân nước nam sống với tình người.

Mai ta về không còn giông bão,
Ta không nghe gió lạnh rừng tên.
Người bên người chung làn hơi thở,
Ta bước đi nắng mở trên cao.

Đây quê hương vươn tràn dấu ái,
Nhìn lên trời chỉ thấy trăng sao.
Cho lòng người vun trào hạnh phúc,
Xóa tan đi ráng đỏ hôm nao.

*

*   *

Mai ta về với trời nắng mới,
Ta về đây sống với quê hương.
Việt Nam ơi chung tay đứng dậy,
Ta đan tay xây dựng quê ta.

Đường Việt Nam vang vang bừng sáng,
Ánh nắng vàng chiếu rạng quê hương.
Đường ta đi vang ngàn tiếng hát,
Bước ta về trời đất thênh thang.

Việt Nam ơi đây ngày hội mới,
Ta về đây sống với giang sơn.
Đường quê ta không còn ráng đỏ.
Nước non ta chung giải nắng vàng.

05-2003
Bảo Giang

Tiếng ve

Mới đó mà nay đã nắng hè,
Sương rơi lặng lẽ tiết thu xe.
Người đi năm tháng không hồi báo,
Rộn rã quay về dăm tiếng ve.

Xơ xác cành thu cơn gió lộng,
Tàn đông lá trụi đón xuân về.
Tự do đi mãi không về nữa,
Độc lập theo mây buổi giáp hè.

10-1981
Bảo Giang

Cảnh đợi chờ

1.
Đầu năm ghi lại mấy vần thơ,
Gởi gió theo mây để đợi chờ.
Cánh én giữa mùa như nhạn lạc,
Mai vàng chớm nở cánh bơ vơ.
Người đi đi mãi chưa về bến,
Kẻ đến xưng vương nước vỡ bờ.
Muốn hỏi xuân đi xuân có lại,
Hay người ngồi đợi cứ trong mơ!

2.
Năm mới sẽ về muôn ý thơ.
Cho người ngồi đợi giấc bơ vơ,
Xuân nay đã đến bao lần nhỉ?
Nợ nước chưa đền tóc bạc phơ,
Mới biết thuyền đi, đi lạc bến,
Cho người ngồi đợi chẳng tin thơ.
Xuân đi người cũng không về nữa,
Để nhói lòng ai những thẫn thờ.

05-1984
Bảo Giang

Cảnh chia ly

Nước mắt nhà ai cứ mãi rơi,
Để cho làng xóm cảnh không lời.
Trên cao ngọn gió đua nhau thổi,
Cánh dưới dân đen nghẹn đắng đời.

Chẳng biết về đâu khi gió cuốn,
Cuối đường cát bụi lại mưa rơi.
Trời đêm đã sẵn ngàn tăm tối,
Quỷ đỏ còn thêm những tiếng cười.

01-1981
Bảo Giang

Tiễn bạn

Núi bắc ải nam cách dặm ngàn,
Giòng sông ly biệt chẳng cầu sang.
Tang bồng tiễn bạn dăm ba bước,
Lướt gió ra roi chí vượt ngàn.

Đỉnh bắc người đi theo vó ngựa,
Non Nam ngoảnh lại cảnh nhà hoang.
Trời chiều bảng lảng mây vài đám,
Thấp thoáng bóng chiều vọng tiếng than.

07-1980
Bảo Giang

Vịnh tiêu sầu

Nhấc chén lưu linh dưới khói mờ,
Quê nhà bến nước chỉ trong mơ.
Trời khuya trăng gió bao lần đến,
Khách cũ ra đi nước vẫn chờ.

Muốn hỏi đôi câu tình cố cựu,
Người xưa lặng lẽ cảnh thờ ơ.
Thôi đành khép kín dòng tâm sự,
Theo gió đu đưa ngọn khói lờ.

04-1984
Bảo Giang

Xuân qua

Xuân vẫn qua đây vờn vẽ thơ,
Cho người lỡ bước dạ bơ vơ.
Lời thề hôm trước còn nguyên dấu,
Mà lối quay về chỉ mộng mơ.

Mới biết tháng năm là có thật,
Đời người lại sẵn mộng vờn mơ.
Nhắc ai nhắn với đôi lời giải,
Đất nước, quê xưa vệt khói mờ.

05-1984
Bảo Giang

Ta về (2)

Mai Ta về đường quê đổi mới,
Dưới nắng vàng tiếng nói vang vang.
Ngày ta đi cuối trời ráng đỏ,
Bước Ta về đất mới nở hoa.

Ta đan tay đón ngày mới đến,
Em hát vang cho mến sân trường.
Đường ta đi với ngàn hẹn ước,
Ta bên nhau bước tới tương lai.

Đường ngày mai không là cách trở,
Ta trở về cất bước rong chơi.
Ta ôm lấy tình thơ muôn thuở,
Mở vòng tay đổi mới cho đời.

Anh đem về tương lai ngày mới,
Chị đưa về tiếng nói quê ta.
Rồi nắng lên với làn gió mới,
Mọi con đường góc phố nở hoa.

*

*   *

Này đồng quê, phố phường đổi mới,
Đây đoàn người bước dưới nắng mai.
Người xóa đi vạn ngàn cay đắng,
Anh đem về ngày tháng yên vui.

Kìa trẻ thơ cười vang trong nắng,
Bên đường chiều tiếng hát vang vang.
Người bên người dậy lên nguồn sống,
Theo cánh diều nhẹ bỗng lưng mây.

Mai người về cho đầy mộng ước,
Vui gió chiều nhẹ lướt trên cao,
Đường phương nam không còn ráng đỏ,
Giữa lưng mây chỉ có nắng vàng.

*

* *

Mai ta về với ngàn tiếng hát,
Nắng mới về giông bão đã tan.
Đất nước này không còn dấu cộng,
Quê hương mình vui đón Tự Do.

Ngày ta về giữa trời hoa nở,
Cùng muôn người cất bước hoan ca.
Mừng quê ta vượt ngàn gian khó,
Cho ngàn đời tiếng hát vang vang.

Mai ta về hợp chung nguyện ước,
Ta đan tay nhịp bước trên đường,
Đường ta đi với cờ Độc Lập,
Dân nước Việt sống với Tự Do.

07-2020
Bảo Giang

Tình thu (2)

Em như gió nhẹ buổi cuối thu,
Đưa ta về ngày xưa dấu ái.
Nhắc nhớ ta khi lớn khôn mau.
Ta vẫn còn đây màu kỷ niệm.

Này là những mộng ước tuổi hoa,
Theo thời gian đã vào dĩ vãng.
Kìa hồn thu đổ xuống chiều tà,
Cho ngơ ngác hồn ta trong nắng.

*

* *

Em còn nhớ những tháng năm xưa,
Ngồi bên nhau trong chiều nắng đổ.
Giọt mồ hôi nhỏ xuống cuối đường,
Em nhìn tôi môi cười duyên dáng.

Tay nắm lấy tay, chẳng xa rời.
Rồi em đi quên lời từ tạ.
Còn lại đây cánh lá cuối mùa,
Đưa ta về chiều mưa tắt nắng.

*

*   *

Em còn nhớ buổi mai hôm ấy,
Một buổi mai chẳng có xương mù.
Đường vẫn dài với nhiều xác lá,
Đôi bóng cò tìm lại sương đêm.

Rồi nắng mới lạc vào gió bụi,
Ta đi tìm hình bóng ngoài xa.
Để ta về với yêu thương ấy,
Có ai ngờ năm tháng vội qua.

Ôi, hồng trần chỉ là cõi mộng
Cho đời người theo bóng trong mơ.
Mong ngày mai đổi dời năm tháng,
Cho từng ngày chất ngất yêu thương.

Bởi ôm ấp tình thơ nức nở?
Ta phải giữ những tháng năm xưa.
Cho dẫu mai nắng tàn trên núi,
Ta vẫn còn buổi tối không đèn.

Nhìn trời cao trăng mờ hẹn ước,
Ước nghìn năm ta sống với ta.
Cho đôi bóng kề vai chung bước,
Cho đôi lòng kết ước bên nhau.

Ta nhìn lên, trăng cao còn dấu,
Ở đó là tiếng nói vạn niên.
Lại thêm đôi mắt như tình tự.
Cho cả vòng trời nợ ghen tương.

01-02-2013
Bảo Giang

Bài Văn Tế
Chiến Sĩ Trận Vong

Than ơi!

Vận nước Việt điêu linh vội đến,
Lỡ cơ trời môi mắt lạnh căm.
Nay cuộc chiến có là đoạn kết,
Hay dâu bể cặp bến nhà nam!

Đường lên non, khắc hồn tử sỹ,
Nắng gọi về ánh nến chiêu thân.
Rằng người đi rạng danh tổ quốc,
Bước quy về trọn nghĩa giang sơn.

Hồn phách ấy lên cùng tuế nguyệt,
Xác thân Người gởi lại cố hương.

*

*   *

Ôi! nắm đất giữa lòng đất mẹ,
Tiễn đưa người bước nhẹ thang mây.
Theo nghiệp nước hồn vào gió núi,
Xác quy về đất tổ lưu danh.

Này máu đỏ tô hồn nước Việt,
Đây xương trắng bảo vệ trời Nam.
Cho vạn đời tên anh ngời sáng,
Sử lưu truyền tiết nghĩa chinh nhân.

Lòng người đi chí vì non nước,
Câu hồ thỉ vọng với cố hương.
Ba vạn sáu ngàn phương lưu ký,
Cuộc lữ hành chính khí chinh nhân.

Đường quê mẹ tên anh ngời sáng,
Giữa khung trời khói tỏa uy linh.
Đây một chiều người ghi chiến tích,
Cho ngày về thẳng tiến quang vinh.

Đường anh đi thênh thang một cõi,
Bước trở về sông núi đề danh.
Cùng Bắc Nam điểm màu vinh thắng,
Cho vòng đời ghi khắc tấm gương.

Nay chiến trận mịt mờ lửa khói,
Giữa lưng trời tiếng pháo âm vang.
Đây poncho gói phần xác lạnh,
Đưa người về giữa cánh rừng sâu.

Đời người lính mưu cầu nghiệp nước,
Chẳng một lần lỡ bước giang sơn.
Nay cánh dù lưng mây lướt gió,
Mai ba - lô đi tới cuối đường.

Dù pháo nổ xác vương đầu núi,
Bước người đi vẫn giữ non song
Trời đất lở, tin nào sẽ đến?
Anh quy về với bến ngàn mây.

Hay theo gió vần trên đất Việt?
Đây non ngàn có lính phương nam.
ồn người đi với ngàn kết ước,
Xác trở về vui bước giang sơn.

Hay theo gió ẩn nơi rừng núi,
Cho hồn linh đến chốn cao quang.
Đợi ngày về giang sơn nắng rạng,
Đất nước này gọi mãi tên anh.

Từ Nam Quan, Hà Giang, Bản Giốc,
Theo đỉnh trời kết ước Bắc Nam.
Rồi Trường Sơn, Trường Sa, Phú Quốc,
Đến Cà Mâu, Châu Đốc, Hà Tiên...

Người buộc vào tim gan đất nước,
Cho ngày về vững bước vinh thăng.

*

* *

Bốn ngàn năm Việt Nam còn đó,
Bước anh về tiếp với thang mây,
Vang tiếng gọi giữa ngàn bão táp,
Có hồn Người giữa cõi anh linh.

Để nơi đó Việt linh ngời sáng,
Cho quê mẹ khúc hát vang vang.
Đường ta đi, dẫu ngàn oan thác,
Bước quy về, phách chẳng tang thương.

Sẽ bốn mùa sống cùng sông núi,
Tay đan tay bước tới không ngừng.
Đường anh đi giữa lòng đất mẹ,
Bóng anh về dáng nhẹ lưng mây!

Ở đó, chứng từ người lính Việt,
Đã hy sinh dưới một màu cờ.
Đem Chân Lý sống hòa sông núi,
Cho Tự Do nở khắp muôn phương.

Đường anh đi nắng mai ngời sáng,
Bước anh về khúc hát ngân vang.
Nay thân xác dẫu về miên viễn,
Hồn anh linh bất diệt ngàn đời.

Cùng muôn người hướng về quê mẹ,
Cho đời đời nắng ở trên cao.
Này đường thiêng về lòng đất nước,
Muôn tiếng đàn chờ rước Anh Linh.

Chung tấm lòng quy về đất Tổ,
Tưởng niệm người vì nước quên thân.
Cho ngày mai tiếng đàn vang vọng,
Đón Người về, nắng rạng non sông.

*

* *

Kìa Việt Nam giữa trời cao sáng,
Đây tiếng đàn trầm vút dâng cao.
Đường làng ta vạn năm còn đó,
Đất quê nhà tiếng hát vang vang.

Này lửa thiêng nghìn năm ghi dấu,
Đất nước Việt con cháu tạ ơn.
Ngài giữa trời rạng ngàn thu trước,
Sử lưu truyền vững bước vạn sau.

Nay, nén hương trần gian nghi ngút,
Kính dâng người Vị Quốc Vong Thân.
Người về đây theo làn khói tỏa,
Nhận lòng thành của cả dân Nam.

Cao Xanh, Đất Trời là chứng giám,
Đưa Hồn Linh đến cảnh cao quang!
Ngài vạn năm sống cùng trời đất.
Con cháu Việt tiếp bước vinh thăng.

01-01-2000
Bảo Giang

Lên đường

1.
Huế Sài Gòn Hà Nội,
anh em ơi hãy đứng dậy đi,
Huế, Sài Gòn Hà Nội,
trong đau thương sao vẫn ngủ mê.
Việt Nam ơi,
từ bao năm lũ tham tàn lừa phỉnh dân ta.
Dậy đi anh, dậy đi em,
hỡi anh hùng, tài trai nước Việt,

Hãy dấn bước phá tan cùm gông.
Buổi ta đi, tiến lên đường theo bước tiền nhân,
Diệt Nguyên, đánh Hán, cùng chung chí hướng.
Nối tiếng hát reo vang Tự Do,
Ngàn lao khổ vẫn luôn vui cười.
Rồi non nước chung ngày vui Độc Lập,
Cho muôn người cười đùa, trẻ hát vang vang.

Ngày mai đổi mới,
lòng ta phơi phới,
Những bước chân làm nên Lạc Hồng.
Đường ta đi tới, ngày vui sẽ tới,
Anh em ta vì nước nên liều thân.
Nắm tay nhau đi, đoàn kết một lòng,
Quyết lên dường diệt thù,
Ta cùng nhau dựng mái nhà xinh.

2.
Huế Sài Gòn Hà Nội,
anh em ơi hãy đứng dậy đi.
Huế Sài Gòn Hà Nội,
Ai thương ta hỡi dân Việt Nam.
Hoàng Sa ơi, Trường Sơn ơi, (Hà Nội ơi, Sài Gòn ơi,)
suốt đêm dài ngồi nhớ thương nhau.
Gọi tên anh, gọi tên em,
hỡi muôn người là dân nước Việt.
Hãy tiến bước nối kết vòng tay,
Để mai đây, ta lên đường phá nát cùm gông.

Từ nam ra bắc,
cùng chung nhịp bước,
Những bước lớn reo vui Tự Do.
Ngày vui tới sẽ không vương sầu,
Người thêm bước chân,
người tay ngọn cờ,
Đưa ta về ruộng đồng nhìn lúa xanh tươi.
Người già em bé,
cùng chung tiếng hát,
Những tiếng hát làm nên phận người.

Từ trong đêm tối,
bình minh sẽ tới,
Cho dân ta cuộc sống trong bình yên.
Bắc Trung Nam ơi bỏ hết hận thù.
Bước trên đường Hoà Bình,
Ta chung tay dựng mái nhà xinh.

05-01-2000
Bảo Giang

MỤC LỤC TẬP 5

THAY LỜI TỰA	9
Xuân Quê Hương (1)	17
Lời dặn dò	23
Ngày về (1)	26
Ngày Ta Về	30
Bài ca vì tổ quốc?	35
Tuổi trẻ và mộng ước	39
Thu 54	40
Công nghiệp	41
Mộng ước nào?	42
Ly Sầu	43
Tiếng thu	44
Nắng chiều	45
Nước mắt ngày đi (1)	49
Ngày Mai Ta Về	52
Nỗi lòng Mẹ Việt Nam (1)	56
Nỗi lòng Mẹ Việt Nam (2)	59
Đường gió bụi	63

Than phận 64
Tơ Trời 65
Tuổi học trò 66
Cuộc chia ly 67
Mất nước 68
Mộng Ước Chinh Nhân 69
Đất lạ! 74
Mộng ước ngày mai. 78
Tiếng gọi lên đường* 84
Mai ta về (2) 88
Tiếng ve 92
Cảnh đợi chờ 93
Cảnh chia ly 94
Tiễn bạn 95
Vịnh tiêu sầu 96
Xuân qua 97
Ta về (2) 98
Tình thu (2) 101
Bài Văn Tế Chiến Sĩ Trận Vong 104
Lên đường 111

BẢO GIANG

TÌNH NƯỚC

The Nation's Poetry 6
Tập 6

Mai đây Hoà Bình

Sydney 2025

Hịch Cứu Nước

Đầu làng trống,
cuối thôn chiêng,
Cây cỏ nước Nam như nghìn mũi giáo.
Muôn vạn binh,
trăm ngàn mã,
Thét tiếng loa cho Tống, Hán bay hồn.
Vầng nguyệt tỏ,
Ánh dương soi,
Sánh cùng nước Việt muôn đời hùng vỹ.

Nay:

Dòng sử Tiên Long bỗng gặp cơn nguy biến,
Vận nước nhà lâm nạn cộng phỉ hại dân.
Người trong nước đã muôn phần lao khổ,
Lại cánh cánh bên lòng cái hoạ ngoại xâm.

Thế cho nên:

Chiêng hồi trống thúc.
Nào hỡi Tiên Long,
Như ngàn con sóng,
Thách với đại dương,
Đọ gan trời đất,
Chị ngã xuống, em đứng lên,
Dẹp cho tan lũ cộng Hồ buôn dân bán nước.
Mẹ phất cờ, Con ra trận,
Quét cho sạch bọn bành trướng ra khỏi biên cương.
Người trong nước, Kẻ ngoài biên,
Quyết đưa biển cả núi cao về an bình thái lạc.

Bởi gương xưa:

Tiền nhân ta, một thước kiếm xây nền đế nghiệp.
Dựng xã tắc, lấy Nhân Nghĩa yên định muôn dân.
Cuộc mở nước như ngọn thuỷ triều trong trời đất,
Dẫu hưng vong, vẫn lẫy lừng giữa chốn trời đông

Năm quý Mão (43) đuổi Tô Định,
Sử nhà Nam ghi tạc công đức Nhị Trưng.
Dáng anh hùng, thân nhi nữ,
Bờ sông Hát ngàn thu còn nghi ngút khói hương.

Đất Thái Bình, (Giáp Tý 544) sinh Nam Đế,
Dòng sử Việt thêm một lần vạn thế lưu danh.
Cờ Thiên Đức, lầu Vạn Thọ,
Mở hội anh hùng Việt Quốc Vạn Xuân.

Vạn Xuân, vạn Vạn Xuân,
Lúc khua chiêng, khi đánh trống,
Trăm vạn mã, ngàn chiến thuyền,
Ngô Vương giữa Bạch Đằng (938) như ngàn con sóng bạc.

Tiếng quân Nam, trong gió bão.
Thế vươn cao trên đỉnh thác trảm Hoàng Thao.
Bàn chân Việt, bước thênh thang.
Năm lần phá tan quân nghịch tặc cướp nước.

Bến Chương Dương, thành Vạn Kiếp,
Cửa Hàm Tử sóng hồng đỏ lấp non sông.
Diệt Minh, Hán, triệt Thanh, Nguyên,
Xoay cơ trời, định bờ cõi, xây nền Độc Lập.

Đầu Toa Đô, thân Ô Mã,
Mộng bành trướng khó thoát nạn sinh bắc tử nam.
Dòng nước xanh, vẫn miệt chảy,
Lớp sóng còn ghi nỗi nhục Lưu Cung,
Mà trang sử Việt vẫn muôn năm trường cửu.

*

* *

Sang Giáp Thân (1284), Hội Diên Hồng,
Nghìn thu lưu dấu Hưng Đạo vì nước.
Công dọc đất, nghiệp ngang trời,
Làm cho khắp nơi sáng tỏ uy linh thần vũ,

Vây Đông Quan, hãm Chi Lăng,
Chỉ một trận mà Liễu Thăng thân vùi vó ngựa.
Chém Thôi Tụ, tha Vương Thông,
Kiếm Thuận Thiên bạt ngang trời, Lam Sơn vì nghĩa.

Đến Đinh Mùi (1427) vạch biên cương,
Đất chung một dải, thiên thư định phận:
Mỗi nhà một cõi.
Nước chảy cùng dòng, cao xanh đã tạo:
Nguồn cội khác nhau.

Đến Kỷ Dậu (1789) mở đường sử mới,
Bắc Bình Vương ra tới Thăng Long,
Vào Ngọc Hồi, Sầm Nghi thắt cổ.
Sang Đống Đa, xác Hán từng gò.

Tiếng quân reo long trời lở đất,
Tung vó ngựa, trúc chẻ ngói tan,
Sỹ Nghị bỏ chạy mà Càn Long vỡ mật.

*

* *

Nhưng than ơi, thế cuộc xoay vần:
Tổ quốc chưa vui hết ngày hội, mà nơi phương Nam
lệ đổ tiễn quân vương.
Gặp cơn nước đục, Nguyễn Ánh đi cầu binh ngoại
mà gieo cái hoạ cho nước.
Đầu làng cuối xóm, chó sủa thâu đêm,
dân tình không có được giấc ngủ yên.
Trong nhà con thơ khát sữa, ngoài phố phu thợ, lao công
thời ho ra máu.
Ghê gớm thay, cuồng bạo thay,
cái ách phong kiến, nạn ngoại xâm.

Sau trăm năm, mạch sống xoay vần,
Cơ trời thăng hoa, đất thời chuyển động,
Non sông chưa thoát ngoại xâm,
Việt Minh đã dựng cờ hồng. (1930)

Gặp năm đói (1945) chuột đồng về phố,
Cửa nhà hoang, máu đổ khắp thành.
Sáng đấu tố, chiều đấu tố,
chúng đấu cho hết những người vì tổ quốc.

"Đào tận gốc, trốc tận rễ", Nó quyết cho sạnh
đạo lý luân thường!
Nơi tôn nghiêm, Cộng kéo về
là đá không còn chồng trên đá,
Phá chùa xưa, đập giáo đường,
miếu thần hoàng gạch nát từng viên.
Cảnh đồng hoang, hồ khô cạn,
xác chết chương lên giữa phố bốc mùi ô uế.

Bầy chuột đói, chạy vòng quanh,
bày đàn hương án, chia phiên bán nước cầu vinh.
Người chết không nấm mồ,
Kẻ sống mất đồng ruộng:

Thằng bé mới lên năm,
mặt xanh như tàu lá,
ngã chúi đầu trên sân,
mồm ấp a ấp úng,
Ông ơi, Hồ.... hồ chí minh giết người.
Đứa trẻ năm xưa,
nay đầu đã bạc,
tên người tưởng ma,
đổ gục xuống đất,
đôi mắt trừng trừng,
máu trào ra miệng.
Lại cũng là... Nó!
Cắc...cắc... tùng... tùng...cheng!

Việt Minh lập hội, tiêu công lý,
Cộng Sản kết bè, triệt tự do.
Hỡi ơi, cơn đau như xé ruột,
Tiếng thét uất nghẹn chẳng ra hơi.

Mảnh đất nào cho dân ta ở,
Nước sông nào cho dân ta uống,
Gạo thóc nào cho dân ta ăn,
Sữa mẹ nào cho con bú mớm?

Tám mươi năm giặc cộng kéo về,
Xương cốt Việt chất cao bằng nuí.
Ôi! ngày đại nạn, sao mãi ngủ yên!
cắc... cắc... tùng.... tùng.... cheng...

*

* *

Nào hỡi Tiên Long,
Hãy một lần nhìn lại giang sơn cẩm tú.
Bắc Hồng Hà, nam Cửu Long, nối liền thân
một gánh Hoàng Liên.
Từ Nam Quan, đến Cà Mâu, lưng tựa Trường Sơn
chung sức tràn ra liển lớn.
Là cơ đồ, là sản nghiệp, là hơi thở, là máu xương
của tiền nhân để lại cho lũ cháu đàn con.
Nay, tủi hận chưa?
Suốt một giải giang sơn ấy không còn nơi nào thiếu
dấu chân quan cán thời Tống - Hán.
Đau xót chưa?
Nam Quan, Bản Giốc, Lão Sơn, Hoàng Sa, Trường Sa...
là đất mẹ, nay bỗng đổi tên ra xứ người!

Ôi! quốc phá gia vong.
Nước mắt lau chẳng ráo,
Thương vì hai chữ Non Sông.
Dân không nhà, nước vô chính lệnh.

Hỡi toàn dân Việt,
Tổ Quốc lâm nguy.
Ai người vì nước,
Đứng dậy mà đi.

Người đi, chí toan bắt voi rừng hổ báo,
Có lẽ nào lo ngại chồn cáo mèo hoang?
Kẻ xuống biển tìm diệt kình ngư, hà bá,
Có khi nào lại sợ cóc nhái dưới chân?

Nào Ta đi cho Việt Linh ngời sáng,
Này Ta về cho hồn nước trào dâng.
Đất của Mẹ, một ngọn cỏ ta thề không bỏ,
Núi nước Nam, một viên đá ta quyết chẳng rời.

Chị ngã xuống, em đứng dậy,
Diệt cho hết phường bán nước hại dân,
Mẹ phất cờ, con ra trận,
Quét cho sạch bọn bành trướng bắc phương.

Người trong nước, kẻ ngoài biên,
Dựng cho cao ngọn cờ Độc Lập.
Hát cho đều tiếng hát Tự Do.
Cho ngàn ngàn sau,
dòng sử Việt còn lưu danh cùng trời đất.
Cho vạn vạn thế,
người nước Nam cùng bốn bể an lạc, hòa minh.

Cẩn,

01-05-1999
Bảo Giang

Mai đây hòa bình (1)

Rồi mai đây khi hòa bình đến,
Đất nước mình chung bến hoan ca
Bắc với Nam cùng hòa tiếng hát,
Ngọn đuốc Việt mãi mãi dâng cao.

Mừng quê ta vươn trào sức sống,
Bắc Trung Nam chung một mái nhà.
Đàn chim tung cánh về muôn hướng,
Tiếng hát vang vang đến vạn đời.

*

* *

Quê hương ơi, những vòng tay mở,
Đất nước ơi, hơi thở nhịp nhàng.
Ta bên nhau mở tình thương mến,
Tay nắm tay nhau dưới nắng vàng.

Nhìn quê hương với trời nắng mới,
Em reo vui bước tới ngày mai.
Cùng muôn người đan tay ca hát,
Xây tin yêu cho đến vạn đời.

Ta đan tay đón ngày hội đến.
Cùng nâng ly uống cạn chén tình,
Mừng quê ta trong ngày hội mới.
Việt Nam ơi non nước thanh bình.

*

* *

Nhớ hôm xưa đôi bờ chia cắt,
Chiều Bến Hải nước mắt rưng rưng.
Nay êm xuôi, lặng lờ uốn khúc.
Cho quê hương sống với tình người.

Cho dân ta một trời hạnh phúc.
Xoá tan đi khói lửa năm xưa,
Để ta về vui mùa nắng ấm.
Với muôn người trên bến phương nam.

Kìa phố cổ nghìn năm lưu ký,
Đưa ta về chính sử năm xưa.
Thời mở nghiệp nắng mưa vờn vẽ,
Vẫn nguyên hình muôn vẻ còn đây.

Rồi em về sông Hương, bến Nghé.
Thuyền ta lạc vào chốn thiên thai!
Tà áo dài như mời thương nhớ,
Để cho người sớm tối ôm mơ.

Mai xa rồi còn mời luyến tiếc,
Bóng Tràng Tiền mắt biếc hôm nao.

*

* *

Rồi chiều nay ta vào Đà Nẵng,
Sáng mai lên quãng vắng Trường Sơn.
Ta lên với trăng sao đỉnh núi,
Nghe gió ru, tiếng hú giữa trời.

Gọi ta về với thời chinh chiến,
Bão lửa gào, theo tiếng bom rơi.
Giữa rừng sâu, máu người chảy xuống,
Cho đường về, chẳng thấy trăng thanh.

Nay rừng xanh, đào, mai hé nở,
Đón người về sống với tương lai.
Như cánh chim thương hoài tổ ấm,
Đã tìm về mảnh đất an vui.

Rời cao nguyên ta ra bến cảng,
Thăm Nha Trang cát trắng biển xanh.
Chiều dần xuống Cam Ranh sóng lặng,
Ta xuôi về ngắm cảnh phương nam.

Quê ta đó với làn nắng ấm,
Đường mãi dài tới bến Cửu Long.
Này con sông ôm đồng lúa mới,
Đây gạo trắng nuôi sống dân ta.

Kìa đất lành trăng ngàn gió mát,
Đưa ta về Rạch Gía, Cần Thơ.
Anh say tình biển mơ Phú Quốc,
Em trở về Châu Đốc, Hà Tiên.

Bỏ quên đi ưu phiền cuộc thế,
Để ta về với bến Bạc Liêu
Em ngẩn nhìn tình quê đổi mới,
Đang vươn mình hướng tới tương lai.

Đường năm xưa mìn gài chắn lối,
Nay tin yêu lúa mới trổ bông.

*

* *

Mai lên thuyền Đồng Nai uốn khúc,
Đưa ta về Thủ Đức, Biên Hòa,
Em sẽ đi La Ngà, An Lộc.
Thăm thành đồng Xuân Lộc, Bình Long?

Kìa rừng già mây ngàn gió núi,
Mãi mãi còn tiếng nói bên ta.
Hòa quyện vào tình ca non nước,
Cho dân ta giữ vững sơn hà.

Ở nơi đó chính là đất mẹ,
Nuôi dân ta sống với tình người.
Cho em thơ tuổi đời tươi nở,
Trong hân hoan sách vở đến trường.

Việt Nam ơi, lên đường đi tới,
Ta giữ lấy áo vải cha ông.
Ta hân hoan trên đồng lúa mới,
Chào người anh, vun xới luống cày.

Người về đây sau ngày chinh chiến,
Khai ruộng đồng cho lúa trổ bông.
Kìa đàn bò, đàn trâu vất vả,
Ta cho chúng bó cỏ, bó rơm.

Ta bên nhau trong mùa hội mới,
Xóa tan đi bóng tối, sương mù.
Em thăm người nông phu áo vải,
Suốt bốn mùa, chẳng ngại nắng mưa.

Hạt gạo này cho dân cho nước,
Bát cơm đầy vững bước tương lai.
Quê hương ơi, vạn niềm vui tới,
Bao lớp người rạng rỡ reo vui.

Chung bàn tay đón mời nắng mới.
Bỏ quên đi bóng tối, lo âu.
Không còn sợ dép râu, lựu đạn,
Gài trên đường, giữa chợ, trên nương.

Để cho ta lên đường sớm tối,
Cùng muôn người bước tới ngày mai. (tiếp phần 2, tập7)

2010

Bảo Giang

Mai Ta Về (3)

Mai Ta về, đất trời đổi mới,
Nam Bắc về nguồn cội yêu thương.
Người đem về vinh quang cho nước.
Chị đem về áo ấm cho dân.

Anh nêu gương một đời gian khổ,
Sử sách Việt lưu ký nghìn chương.
Người hiến thân trên đường chính nghĩa,
Đất nước còn khúc hát yêu thương.

Người hát vang bài ca vì nước,
Em bước đi, những bước kiên cường.
Ta bên nhau đất trời bừng sáng,
Ta chung tay đón nắng trên đường.

Cho trẻ thơ đến trường nghiên bút,
Mẹ reo vui bên mái tranh nghèo.

*
*   *

Mai Ta về nắng vàng rực rỡ,
Giữa đình làng tiếng hát vang vang.
Đường Việt Nam muôn ngàn hoa nở,
Đất nước nam hơi thở nhịp nhàng.

Anh bên em đón làn nắng mới,
Tay trong tay hướng tới tương lai.
Rồi xuân về nhà nhà đổi mới,
Ta bên nhau sống với tình người.

Nhớ hôm nao,
Hoa vàng đi, đất trời nghiêng ngả,
Núi phương Nam đổ xuống từng hàng.
Ngày người đi không bài đưa tiễn,
Triệu con tim đứng chết bên đường.

Nhìn lên cao nắng trời ráng đỏ,
Đàn chim Việt mất cả tương lai.
Lá hoa kia tuy rằng vẫn nở,
Có khác gì đồi trọc không hương!

Ngày Việt Nam tang thương nguy khó.
Dân khóc Người Chiến Sỹ Tự Do.
Rồi phương nam màu cờ đổi sắc,
Cho hồn thiêng sông núi ra đi.

Người trên đường như chim lạc hướng,
Giữa lưng trời chẳng biết về đâu.
Người đi non nước đau thương quá,
Giặc về đây, nước mắt chẳng ngừng.

*

* *

Mai Anh về, rừng thiêng thay lá,
Đất nước Nam vui nắng Cộng Hòa.
Ngày anh về nhà nhà đổi mới,
Khắp thôn làng rực rỡ muôn hoa.

Mai ta về hoan ca khắp lối,
Người bên người bước tới tương lai.
Kìa rừng mai nắng lên hoa nở,
Đất nước Việt muôn thuở là thơ.

10-2012
Bảo Giang

Những Nẻo Đường quê tôi (1)

Tôi đã đi
Từ làng quê Xá Thị (TB)
Ra tới tận biển Đông.
Ngắm trời ngắm đất, ngắm biển xanh.
Rồi dừng lại cuối đường Xuân Lộc.
Nhìn núi rừng, đất đỏ hoang vu,
Nơi người bảo, khỉ ho cò gáy,
Dân đi cư, tìm đến dựng nhà.
Từ nơi đây, tôi vào trường học,
Nhìn mặt chữ, đôi mắt nổ hoa.

*
* *

Ngày mới lớn,
Tôi đã đi qua,
Sài Gòn, Long Xuyên,
Cần Thơ rồi Châu Đốc,
Tôi dừng lại bên những cánh đồng,

Một thảm xanh uốn mình trong nắng,
Theo ánh vàng vươn tới chân mây.
Đẹp làm sao nắng hòa lúa mới,
Cho dân ta gạo trắng bốn mùa.

Từ nơi đây,
Tôi đã thấy,
Cô gái miền tây, hiền hòa trong nắng.
Chiếc áo bà ba, làm dáng cho đời.
Kìa vành nón che nghiêng mái tóc,
Đây nụ cười tươi thắm đồng xanh.

*
* *

Tôi đã đến,
cao nguyên Đà Lạt,
Nơi ngàn năm rừng lá sương mờ.
Nơi bao người hẹn hò, đính ước,
Bên chàng trai, nhịp bước hiên ngang.

Anh về đây trên vai mộng ước,
Đem thanh bình cho đất nước Nam.
Cho ngày mai hoa Vàng rực rỡ,
Cho nước Việt khúc khởi hoàn ca.

Rồi tôi đi, tới miền sỏi đá,
Nơi tiếng gà thao thức sớm hôm.
Nơi lửa đỏ còn gào binh lửa,
Với ngọn cờ bay vút trên cao.

Kìa cổ thành với bao năm tháng,
Vẫn còn đây bóng dáng trăng thanh.
Này con đường vào ra khép mở.
Cho người đi thương nhớ đợi chờ.

*

*   *

Tôi đã đến
bên bờ giới tuyến,
Nơi đất Việt ghi dấu cách ngăn!
Nhìn dòng sông dâng trào nước mắt,
Ơi quê ta, sao mãi thương đau.

Hết họa Tây, nay Tàu lấp ló,
Để giang sơn tắm máu nhiều đời.
Nay Bắc, Nam đua tài hai lối,
Nam vun trồng Độc Lập Tự Do.

Bắc triệt tiêu Ấm No, Hạnh Phúc,
Nam mơ ước đón rước Hòa Bình.
Bắc quy tầu đao binh, đấu tố,
Cho quê tôi máu chảy chẳng ngừng.

*
* *

Đây dòng sông phân ranh Bến Hải.
Tôi dừng lại, nước mắt rưng rưng.
Nhìn bên kia, tim lòng nghẹn đắng,
Mảnh cờ hồng chất ngất khổ đau.

Mới hôm nào mài dao đấu tố,
Nay hét hò, kèn trống binh đao.
Cho dân Việt nghẹn ngào than khóc,
Tạo cho đời tang tóc bể dâu.

Phần đất bắc, khóc than bằng máu.
Máu của người, bị đấu năm nao.
Nay lại chảy, vì tầu biên ải.
Đến bao giờ họ biết ăn năn?

*

* *

Nhìn về nam,
Đất nước như mơ.
Người đan tay kết đời sống mới,
Cho đất cằn, sỏi đá nở hoa.

Người chung tay cho ngày mới đến,
Mong không còn nam bắc phân tranh.
Bến Hải ơi, theo dòng nước chảy,
Tội cho người hai ngã phân ly.

Đây phương Nam, có làn nước ấm,
Kìa đất bắc, hoang lạnh máu người!
Bởi một ngày,
nhiều thay đổi đến.

Cha say rượu,
Con bán giang sơn!
Đón Tàu vào, nát tan hồn nước,
Giết dân Việt mở bước tang thương. (phần 2)

12-2013
Bảo Giang

Những nẻo đường quê tôi (2)

Việt Nam ơi,
Qua lằn vôi kẻ,
Đường phía bắc hôi tanh máu chảy,
Đất phương nam trăng sáng giữa trời.

Cho muôn người tiếng cười, hò hẹn,
Hẹn một ngày nối lại cầu xưa,
Đón người về sau mưa tầm tã,
Để cho trăng không xẻ làm hai.

Cho lòng người từ đây là một.
Một con đường, một đất nước Nam.
Để mai sau truyền cho con cháu,
Một quê hương, mộng ước thanh bình,

Kìa nắng lên ngàn mai tươi nở.
Đây Việt Nam non nước xinh tươi.
Tất cả là quê hương ngày mới,
Tất cả là tiếng hát trên môi.

Dân ta đó, bước vào thế giới,
Cùng đất trời mở hội hoa đăng...

*

*   *

Có ai ngờ,
Nơi phương nam, đàn cao gió mát.
Gạo đầy bồ, tiếng hát vang vang.
Nhà vào ra không cần cửa khóa,

Đến sáu ba vật đổi, sao dời,
Cho vạn dân một thời cay đắng.
Ngày như đêm nước mắt tang thương.
Sang năm sau, giặc tràn ranh giới,

Bắc cộng vào, chiến cuộc leo thang,
Binh tàu sang dân Nam lãnh đạn,
Từ đường mòn đến vạn làng thôn,
Chẳng một nơi yên lành như trước,

Để một ngày nước ngập chân mây,
Đến Mậu Thân, máu hòa tiếng pháo.
Khắp phương nam chỉ thấy xác người.
Đường quê ta từ đây thống khổ,

Bắc với nam chung cổ nghẹn ngào.
Rồi một ngày nước trào, nghiêng đổ,
Quê hương tôi đeo khổ vào thân.
Đường cộng hòa tan thành mây khói,

Đất nước Việt mất dấu Tự Do.
Đường Độc Lập trôi theo tiếng khóc,
Đàn chim Việt tan tác ra đi...

*

*   *

Ngày Cộng vào, như ma báo oán!
Người Việt Nam nhận lấy đắng cay.
Đất nước này tự do đã chết,
Sân trường kia cũng hết tiếng ca.

Thời học trò không còn như trước,
Chẳng áo dài tha thướt gió bay,
Được thay bằng dép râu, mũ cối.
Cho con người tăm tối bền lâu.

Phận quan cán qùy chầu ngoại tộc,
Bởi trên cao một bóng cờ tàu,
Đưa Việt cộng đi hầu trọn kiếp,
Đất nước Việt đã hết Tự Do.

Đường vinh quang không cờ Độc Lập!
Cho dân Việt học tập chữ ngu.

*

* *

Quê hương tôi, giờ như thế đó.
Đừng ai hỏi đến chữ Tự Do.
Đừng ai mơ con đường Độc Lập.
Đừng ai nói, sống với yên vui.

Bởi từ lâu dân tôi đã biết:
Khi nắng Vàng đi,
Chim lìa xa tổ,
Gặp mảnh cờ hồng,
Máu trào ngang cổ.

Từ đó bắc nam,
Dặn nhau lời sấm,
Lưng mây một giải nắng vàng,
Bắc nam chung bước xóm làng yên vui.

12-2013

Bảo Giang

Bài thương ca số 2

Đường chinh nhân mịt mờ gió núi,
Xác quân thù rữa thối dưới chân.
Ngày ta đi khung trời mở lối,
Bước anh về đất mới nở hoa.

Ôi mây nước chiều nao trở giấc,
Đưa ta về tìm bóng dáng xưa?
Ở nơi đó, còn nguyên tình cũ,
Có tháng năm, người vẫn đợi chờ.

*

* *

Rồi Anh đi, Anh về đâu thế?
Người đi cho đất vạn thiên sầu,
Trên cao chết đứng vầng mây trắng,
Cõi thế trao nhau tấm khăn dài!

Giấc mộng ngàn đời, ôi sầu lắng.
Chí cả vào đời với mộ sâu.
Đất trời một ngày không thấy nắng.
Cho cả thế trần vạn nỗi đau!

Kìa nàng dâu bỗng thành góa phụ,
Bao nước mắt nhỏ xuống giữa nhà.
Cho lũ trẻ lạc đàn ngơ ngác,
Đứng nhìn trời chẳng biết vì sao

Vì sao cho giữa đời lệ đổ,
Vì sao bia mộ ngập tang thương?
Rồi đón lấy mưa tuôn cát bụi,
Cho thế trần, ngàn nỗi xót xa.

Để nơi đây vết dài thương tích,
Gởi cho đời dấu lệ chẳng khô.
Cho người ở, một thời tàn héo,
Gọi nhau về đường vắng hôm xưa.

Anh còn nhớ, vượt rừng băng suối,
Vả ngửi mùi lúa mới trên nương?
Hay những chiều đàn vương tiếng hát,
Mong một ngày nắng ấm quê hương?

*

*   *

Nay xem ra tất cả xa vắng.
Chẳng tiếng cười, tiếng nói cho nhau.
Ôi cơn đau, trong ngày trở lại,
Hẹn hò chi cho đắng nghẹn lời?

Ôi, mái tóc còn ôm khói súng,
Sao anh yêu, lặng lẽ không lời.
Và đôi mắt, chẳng nhìn trần thế,
Chẳng mỉm cười lần nữa hay sao??

Này là những người anh yêu mến,
Kia quán rượu binh lính đan tay.
Ta nâng ly chào ngày mới đến,
Ta cạn chén sau chiến trận dài.

Rồi mẹ già cho anh bú mớm,
Bên người cha, tóc sớm như sương.
Và còn đây, một đàn em dại,
Đứng bên nhau chờ áo mừng xuân.

Kìa cô em, tay nâng cành lá,
Như sẵn chờ, ngày hội tiến binh.
Ngân cho vang bài ca đất nước,
Hát cho đều những bước phong sương.

Để cho trong cõi xa xăm ấy,
Có tiếng quân ca đến ngàn đời.
Và có tình anh trên chiến địa,
Với ánh bình minh cất tiếng reo.

Đưa ta tới rừng cao nắng gió,
Đón anh lên đỉnh núi cheo leo.
Từ nơi đó, hát vang ngày mới,
Cho đất trời bước tới tương lai.

Rồi ta về sau lần tiến bước.
Đất rừng kia sẽ nhớ khôn nguôi.
Phần sông hồ khắc ghi từng bước,
Tên bao người đi trước năm xưa.

Cho trống khuya từ đây ngưng lại,
Cho đôi mắt, vui với lệ trào,
Ôi dương thế, đường trần lắm mộng,
Mà người đi sao quá vội vàng!

*

*   *

Này nước mắt hồn côi nhỏ xuống,
Đưa anh về trong cõi mênh mông.
Ở đó là đồng không hoang lạnh,
Hay rừng yêu với vạn tiếng ca.

Nay tất cả như là đã hết,
Hồn anh về sống với quê hương.
Ở đó là tình yêu tổ quốc,
Ở đó là tiếng gọi vì dân.

Cho một lần anh vào cuộc sống,
Rồi lớn lên trong bước quân hành.
Chỉ ước một mai khi trời sáng,
Non nước thanh bình với tiếng ca.

Cho rừng đêm mãi sau còn sáng,
Cho núi đồi về sống với ta.
Ở đó là ngàn năm nắng đợi.
Với mây nước hòa hợp bên nhau.

Kìa ngọn gió về ngang đất mới,
Cuốn đi theo lớp bụi dương trần.
Nó lau khô biết bao dòng lệ,
Đã nhỏ xuống khóc kẻ ra đi.

Mà thời gian chẳng khi ngừng lại,
Và người đi cũng chẳng trở về.
Bởi chiến trường ghi lời chinh phụ,
Rằng người đi, đi mãi chẳng về.

Cho ngàn năm bước theo vương vấn,
Cho đời người dang dở nửa vời.
Rồi lỡ cả đoạn đường phu phụ,
Và tan tác mộng ước non xanh.

*

* *

Này khổ đau gởi người cô phụ,
Và con trẻ còn bế trên tay.
Hãy từng ngày bên nhau mà bước,
Cho vơi đầy định ước non cao.

Rồi ngày mai nắng hòa non nước,
Gió vút ngang bia mộ từng hồi.
Bao lớp bụi theo vào chốn vắng,
Cho dòng lệ vượt nắng trôi đi.

Nay, mộ sâu, người về gối bóng,
Kẻ ở lại giữa sóng cô đơn.
Ôi, chinh phụ đêm trường gối lệ,
Khóc chinh phu gĩa biệt sơn hà.

02-04-2020
Bảo Giang

Lời dặn

Mai Em đi, dặn lòng lưu ký,
Mảnh đất này ghi chữ yêu thương.

Này con đường ngày xưa ta bước,
Ta chung nhau giếng nước, đình làng.
Đây trường học cho ta mặt chữ,
Học làm người, học giữ quê hương.

Nay phải đi lòng đầy đau đớn,
Bởi từng chiều vẫn nhớ nắng xưa,
Nhớ cánh chim giữa trời giông bão,
Nhớ mái nhà, nhớ mãi mẹ cha.

*

*   *

Em ra đi và em sẽ lớn,
Hãy tìm về đất nước ngày mai.
Đem niềm vui cho ngày nắng tắt,
Đừng vênh vang như gã khỉ rừng.

Em đi rồi nhớ đừng quay lại,
Đừng vấn vương dấu ái hôm xưa,
Và cũng đừng buồn sâu trong mắt,
Đừng than khóc theo gió, theo mưa.

Ta phải sống cho ngày về tổ,
Ta phải sống, bước tới tương lai.
Chẳng ươn hèn như loài gỗ đá,
Ta sống vì phần đất quê cha.

Nay giống như chim đàn vỡ tổ,
Ta bay đi, đi tới chân trời.
Đường ta đi giữa thời bão táp,
Mai ta về đất nước yên vui.

Ta sẽ về trong ngày nắng mới,
Ta sẽ về, về với hoan ca
Này bó hoa và ngàn nhánh lúa,
Ta đem về sống với quê ta.

Nay Ta là chim ngàn vượt sóng,
Mai ta về chung bóng trên nương.
Cùng non sông trên đường đổi mới,
Cho người người bước tới thênh thang.

Đường ta đi dẫu ngàn nguy khó,
Bước ta về đất mới nở hoa.
Giòng thời gian có là trắc trở,
Ta phải về sống với quê ta.

24-04-2015
Bảo Giang

Đường quê xưa

Trời năm bốn mưa giăng lất phất,
Đất bảy lăm lại phải chia tay,
Nhà Việt Nam như là gặp bão,
Sáng trưa chiều nắng gió chẳng yên.

Kìa người lính thân vì nghiệp nước,
Phút ba mươi gặp bước lỡ làng.
Đường chinh nhân lùi vào dĩ vãng,
Tấm áo bào rách nát tả tơi!

Cho quê hương gặp thời tăm tối,
Cho tang thương đổ xuống phận người.

*
* *

Ôi, quê hương một thời nắng ấm,
Nay đất mẹ gánh lấy tang thương.
Từng nẻo khuất chim bay lìa tổ,
Khắp đồi cao nước đổ ngược dòng.

Một cảnh trường như gà gặp cáo,
Cho lòng người quặn thắt cơn đau.
Kìa trại lính tan hàng rã ngũ,
Đây muôn nhà giấc ngủ chẳng yên.

Bao cánh chim miệt mài vì nước,
Nay một ngày lỡ bước xa cơ.
Người giữa rừng, rưng rơi nước mắt.
Kẻ giữ phố, đau thắt ruột gan.

Phần người dân hai hàng lệ chảy,
Cho đất mẹ gánh lấy tang thương.
Kìa phố phường, từng hàng lửa cháy,
Đây xóm làng tan tác điêu linh.

*

* *

Nhớ hôm xưa người đi vì nước,
Vai chiến bào, định ước giang sơn.
Đường anh đi rừng tên biển lửa,
Theo dấu xưa chân bước chẳng ngừng.

Ngày anh đi đường làng nắng ấm,
Bóng anh về nhịp bước thênh thang.
Đường quê ta một thời bừng sáng,
Núi sông này tiếng hát dâng cao.

Đường anh đi, trăng sao rực sáng,
Giữa lưng trời tiếng hát vang vang.
Đây người lính vai mang tình nước,
Chí tang bồng vững bước giang sơn.

Có ai ngờ giữa đường chinh chiến,
Ta gẫy cờ từ chốn hậu phương,
Cho người dân tang thương khắp chốn,
Cho làng thôn đón lấy vạn sầu.

Ôi quê hương, chiều tàn súng gẫy,
Đây muôn người nhận lấy đau thương.
Phần người lính mãi hờn sắc áo,
Đạn lên nòng lệnh báo lui binh.

*

* *

Nhớ hôm nào đèo cao gió núi,
Đến rừng đêm thung lũng sông hồ.
Anh đã từng sông pha vững bước,
Chí đã nguyền vì nước hiến thân.

Đời người lính sống cùng sông núi,
Khoác áo bào, tiếp giáp binh đao.
Rằng người đi đã vào nghiệp nước
Bước trở về sống thác thênh thang.

Có ai ngờ, ngày tàn lửa đạn,
Anh trở về, áo mão tang thương.
Đôi con mắt sầu vương lặng lẽ,
Chân bước đi như én lạc đàn.

Ngước lên cao nắng tàn trên phố,
Bóng người đi gẫy đổ trên đường.
Ôi chinh chiến, sầu vương vạn cổ,
Ta về đâu, dâu bể về đâu?

*

* *

Từ non cao xuôi về thành phố,
Bao bước chân đổ xuống trên đường.
Như cánh chim tan đàn rã gánh.
Trong một ngày núi lở non tan.

Kìa xóm làng vùi trong khói lửa,
Giặc bước vào, súng nổ nơi nơi.
Bao người dân bỏ đời oan thác,
Không nấm mồ chẳng áo che thân.

Phận người lính đôi bàn tay trắng,
Cho nước mắt, cay đắng, tủi hờn.
Ngày ra đi, vì non vì nước,
Nay quay về với bước xa cơ.

Thời gian ơi, bao giờ ngưng lại,
Cho dòng lệ ngừng chảy nơi đây.

*

*   *

Nhớ hôm xưa, mưa giăng khắp lối,
Đất nước này, một tối chia hai.
Đường phương bắc dép râu mũ cối,
Đất phía nam nắng mới lên màu.

Đọc bản tin người già em bé,
Tay đan tay, hướng đến miền nam.
Từ trên non đổ tràn xuống phố,
Quãng đường dài chẳng hở khe chân.

Đường muôn phương vạn ngàn người bước,
Hướng về nam sống với nắng vàng.
Ở nơi đó có làn gió mới,
Nước độc Lập, Dân có Tự Do...

Nay, gặp ngày cuối đường nắng tắt,
Người về đâu, nước mắt về đâu?

2025

Bảo Giang

Cuộc thế

Ngắm nhìn thế sự cảnh bèo trôi.
Hai tiếng giang sơn cũng đổi rồi.
Miền bắc tang thương vì quỷ đỏ,
Bến nam đau thắt cảnh ma trơi.

Từ đây nước Việt tanh mưa máu,
Thêm lũ hồ tinh mất tính người.
Mã tấu, búa liềm bầy trận thế,
Phen này nước Việt rách tả tơi.

1988
Bảo Giang

Thế sự

Những muốn quên đi chuyện đổi dời,
Mà sao tiếng gọi cứ chơi vơi.
Bên tây thụt thò đôi ba tiếng,
Bến cũ vào ra khách biếng cười.

Ai ngủ cho yên một giấc ngủ,
Ngoài trời gió lạnh, lại mưa rơi.
Đường xa ai thức từng đêm trắng,
Nhắn gởi về quê hộ mấy lời.

10-1985
Bảo Giang

Tiếng chim

Thế sự thăng trầm nhớ Đỗ Quyên,
Nghe chim than khóc dạ ưu phiền.
Từng đêm réo gọi cho trời sáng,
Thúc dục mặt trời hãy mọc lên.

Trăng sáng đôi ngày rồi lại vắng,
Tiếng người ai oán mãi bên hiên.
Quốc kêu, kêu mãi miệng trào máu,
Nước mất, nhà tan lắm muộn phiền.

05-1983
Bảo Giang

Tiếng vọng nửa đêm

Trăm năm thế sự lại mau qua,
Đây chén lưu linh cách biệt nhà.
Sử cũ khắc ghi lời nhắc nhở,
Gởi người lữ khách quãng đường xa,

Ngoài kia ai thức vì non nước,
Nhớ viết đôi câu gởi lại nhà.
Nhắn bảo trẻ thơ thời lá đỏ,
Giết dân rước giặc sẽ tan nhà.

1984
Bảo Giang

Công nghiệp (2)

Một sớm cờ hồng khởi chiến tranh,
Phố phường tan nát bởi đao binh.
Sông Gianh chúng kẻ lằn ranh mới,
Nước Việt đôi đường vọng chiến chinh.

Nửa bắc quy về cung chủ Hán,
Phương Nam nhân địa hướng thanh bình.
Yên vui chưa tròn vài con giáp.
Mũ cối vào đây đốt xóm làng,

1995
Bảo Giang

Bước Ta đi

Kìa trống chiêng ngày đêm giữa phố,
Đây tiếng loa vang vọng đất trời.
Rằng đất nước gặp cơn nguy biến,
Hãy đứng dậy, hỡi những người trai.

Đường ta đi chỉ là vì nước,
Bước ta về sống với giang san.
Từ ngàn xưa cha ông ta đã,
Chung một lòng giữ mái nhà Nam.

Nay quê hương chim đàn tan tác,
Ta đứng dậy với ánh trăng sao,
Đường lịch sử ghi vào bia đá,
Dấu ấn nghìn sau vẫn chẳng mòn.

*

* *

Ta đi, mở lại con đường vắng,
Gọi gió, gom mây khắp sơn hà.
Về đây chung sức cho ngày mới,
Kết ước muôn dân cứu nước nhà.

Ta hát giữa trời vang hào khí,
Vọng tới chân mây, tới trời cao.
Rồi ngày gió lớn cho biển động,
Ta đứng dậy mở rộng vòng tay.

Chung bước ta đi vang rừng núi,
Sống với giang sơn, với xóm làng.
Bàn tay góp lại trong ngày tới,
Đổi mới quê ta giữa sóng tràn.

Nào về đây đan tay vì nước,
Ta bước đi những bước tự hào.
Muôn người chung bóng trên đường lớn,
Góp lại một hàng vượt thành cao.

Đường xa trăm họ cùng nhịp bước,
Nước Việt vạn sau với nắng vàng.

01-01-2013
Bảo Giang

Khúc chia ly

Ngày xưa, hai buổi giữa sân trường,
Nhìn quê hương như trang sách mới,
Ta yêu đời với tiếng ca vang.
Sáng đến trường ngân nga câu hát,

Cho hồn mơ bay tới muôn phương.
Rồi một chiều theo người trốn học.
Đuổi chim bắt bướm dọc đồi cao.
Ôi vui quá, vườn đào hoa nở,

Ta giang tay, đuổi tới chân mây.
Nào vui lên đón ngày mới đến,
Ta nhảy múa quên hết lối về.
Chiều hôm sau, thày đem bài đến.

Cây thước kia ta nhớ suốt đời.
Đây bảng danh, tên đề hạng nhất,
Mẹ mừng vui ánh mắt long lanh.
Thưởng ba roi cho ngày trốn học!

*

*   *

Rồi một hôm cộng về xóm vắng,
Cảnh làng bên sạch trắng đôi tay.
Người nhìn người, đêm dài thức trắng,
Sáng hôm sau trai tráng lên đường.

Ngày anh đi mẹ vương nước mắt,
Đứa em tôi đứng khóc giữa nhà.
Từ hôm ấy, đường quê chợt vắng,
Bóng anh về tiếng hát lại vang.

Anh rắn rỏi trong màu áo lính,
Từng bước chân đi đứng hiên ngang.
Kìa đôi khuyên trên hai cổ áo.
Vẽ cho anh một nét hào hùng.

Tôi say nhìn, chân dung người lính.
Cô láng giềng ơi, "ảnh" đã về.
Nàng e thẹn, vui lên ánh mắt,
Mím môi cười, tình chất dâng cao.

*

*   *

Rồi anh đi, đi vào cuộc chiến,
Gánh trên vai trách nhiệm sơn hà.
Với tình nhà buộc vào cuộc sống,
Đời chiến binh, bốn bể đan tay.

Kia rừng đêm có là giông bão,
Nắng gió mùa hay bóng hoàng hôn,
Anh vẫn đi theo ngàn mộng ước.
Đem thanh bình về với giang sơn.

Để một ngày tin vui về đến,
Tin hòa bình, chấm dứt chiến tranh.
Mẹ cười tươi như hoa xuân dậy,
Con nhảy mừng dưới ánh đèn cao,

Chợt mưa đêm, gió gào, sấm sét,
Vang tiếng súng nổ xé lưng mây.
Mẹ nhìn cha, đợi ngày mai đến,
Gió vọng về tiếng thét trong đêm.

*
* *

Rồi anh về trong chiều nắng tắt,
Người lính gác nước mắt hai hàng,
Trên áo quan, cờ Vàng Tổ Quốc,
Thêm hàng nến sáng tỏ lòng son.

Thân xác này gởi cho trần thế,
Hồn linh thiêng về với nước non,
Người ở lại, ôm con khóc mếu.
Tháng năm qua, cuộc chiến chưa tàn.

Anh ra đi, chẳng quay về nữa.
Hòa bình ơi, hoa có nở không?

2012
Bảo Giang

Chiều tan trường

Sài Gòn ơi,
Đẹp làm sao những ngày tháng ấy,
Nhớ thương ôi, tiếng hát, hẹn hò.
Này Duy tân, ngôi trường yêu dấu,
Thân áo dài, quấn lấy hồn ta.

Đôi mắt ấy đã làm ta chết.
Đêm mộng về vương vấn khôn nguôi
Rồi từng bước, giữa trời hong nắng,
Tay trong tay đón lấy tình hồng.

Chờ ngày mai cổng trời sẽ mở,
Đón ta vào nhịp thở trăng mơ.

*

*   *

Nhớ hôm xưa, vào giờ học cuối.
Sân trường này như cuốn màu tang,
Từng đôi mắt nhìn nhau không nói,
Thầy lặng lẽ, vào lớp, rồi đi.

Trò ra về, chẳng lời nhắn gửi.
Cuốn sách dày thừa thãi trên tay.
Tin chiến sự làm tan đất nước,
Cho lòng người chạm tới đau thương.

Bước ra đường, tương lai chợt vỡ,
Chiếc áo dài lặng lẽ chơ vơ.
Từng đôi mắt, tìm dò ánh mắt.
Nỗi âu lo chạm tới từng người.

Ngàn câu hỏi không lời giải đáp,
Vạn tiếng cười mất dấu trên môi.
Cảnh trời chiều, mưa rơi ướt áo,
Người nhìn người như đã cách xa.

Từ ngoài biên súng vang không dứt,
Giữa lòng phố chẳng biết về đâu.
Từng giờ qua với nhiều dấu lạ,
Nắng trên cao lặng lẽ vào mây.

Dưới hiên trường cũng đầy biến đổi,
Người gặp người, lời vội chia tay.
Rồi lặng lẽ, bước từng bước nhỏ,
Tay trong tay như bỏ mái trường.

Này tiếng gọi của người chung lớp,
Kia đoạn đường với lá me bay,
Người chợt hỏi cho lòng lửa đốt,
Nay tan trường, ngày tới ra sao?

Từ trên cao lá vàng rơi xuống,
Nắng chiều đi không tiếng trả lời.

Nhớ về trường xưa. 2005
Bảo Giang

Cánh chim không nhà

Gởi các bạn Nguyễn thị Hai, Vũ trọng Tín, Thiên Hương, Hoàng đình Ấm và nhóm SV/ Luật khoa 1970-1975 …

Từ trên cao lá vàng rơi xuống,
Nắng chiều đi không tiếng trả lời.

*

* *

Ta ra đi giữa chiều tám mốt,
Hằn trong tim vết nứt còn đau.
Non nước ơi cơn sầu vội đến,
Để cho ta nấc nghẹn giữa đời.

Ta sinh ra từ lòng đất Việt,
Những tin rằng, tổ ấm là đây,
Chợt một ngày nhiều thay đổi lớn,
Để cho ta những bước lệch đời.

Chiều năm tư, xa rời đất bắc,
Rồi tám mốt, thuyền bỏ bến nam.
Hỏi dòng đời có là cõi mộng,
Cho ta về sống với dáng xưa

*

* *

Tôi vẫn nhớ, những ngày năm ấy,
Tay trong tay mẹ dẫn đến trường.
Rồi ngày qua, quen dần ánh mắt,
Trẻ reo vui, gào thét lưng mây.

Kìa mái trường, che mưa, che nắng,
Đây lời thày, đi đứng hiên ngang.
Sách mở đường, tình yêu tổ quốc,
Ta bước vào học tiếng quê hương.

Để ngày mai khi vào cuộc sống,
Trong tim ta có một chữ yêu.
Yêu người, yêu nhà, yêu đất nước,
Ta vươn vai, chung bước với đời.

Tôi đã sống, trong thời chinh chiến,
Ngày lớn lên tiếng hát vang xa.
Rồi năm tháng vụt qua trong mắt,
Cho khung trời rộng mở muôn thơ.

Người vào đời giữa làn bom, đạn,
Tôi sống với năm tháng âu lo.
Ngày rời trường còn đây bạn cũ,
Tay trong tay, ca múa chẳng ngừng.

*

* *

Ôi, tuổi trẻ ngàn đời là giấc mộng.
Theo cánh chim sải cánh giữa ngàn khơi.
Rồi giang tay đón chào ngày mới đến,
Ai tìm vào, cặp bến của tương lai.

Đường ta đi mỗi ngày thêm sóng lớn,
Ta không dừng, quyết bước tới đua tranh.
Kìa là trường học, nơi ta sẽ đến,
Nó lừng lững, như đứng giữa ngàn mây.

Nó vươn cao trong mắt người đi tới,
Đưa ta vào, bỡ ngỡ với lo âu.
Rồi khép nép, ta bước từng bước nhỏ,
Nhìn người qua, với cảnh lạ vây quanh.

Chợt, như có ai bước theo như bóng,
Tôi quay lại, cho hồn bổng lên mây,
Còn lại đây chỉ một đôi chân gỗ.
Hơi run run cho nhịp thở không đều.

Lạ, mới vào thu mà sao giông bão,
Tôi đứng lại, hơi thở trở về tim,
Nàng nhẹ nhàng cho nghiêng nghiêng tà áo,
Ai với theo, cho sóng gió dâng trào.

*

* *

Rồi ngày qua, nắng về trong đáy mắt,
Bốn năm dài ta gối bóng đong đưa.
Bên thầy, bên bạn, với người năm ấy.
Nay quen rồi, ánh mắt gởi cho nhau.

Ôi, ta nhớ mãi ngày đầu tiên ấy,
Sau ánh mắt là gỗ đá nở hoa.
Nào có phải một mình ta thao thus,
Mà ai kia xem ra cũng dại khờ.

Để một ngày chuyện xưa quay trở lại.
Theo cánh chim bay, nàng viết vu vơ,
Chào anh thợ ruộng mới vô thành phố!
Vâng, em từ quê, lên tỉnh chị hai!

Chim ơi, nhớ đừng bay đi nhé.
Nàng đứng lại... ai nói run run,
Chỉ dám nhìn thôi chẳng biết gì!
Nhớ đấy... - Vâng...

*

*   *

Từ đó, chim tung tăng tìm nắng mới,
Ta chắt chiu từng bước đón mùa xuân,
Nàng như ánh trăng, reo vang đồi vắng,
Ta ngồi đợi chờ đón ánh sao băng.

Để một ngày trời vào đông thổn thức,
Nắng gió về cho xuân dậy trên nương.
Cho anh nông phu lên đường cày cấy,
Đưa ta vào tình tự với yêu thương.

Đâu cánh chim vươn mình trong bão tố,
Đây người bên người đi tới mùa xuân.
Chim bay đi tìm, cánh chim cùng tổ,
Ta nắm đôi tay, hoa nở giữa trời.

Rồi một ngày hè, thiên đường rộng mở,
Tay trong tay cho hơi thở trào dâng.

*

* *

Ai ngờ, đất trời "nổi cơn gió bụi",
Tháng tư về, đất nước phủ tang thương.
Người lính cũ trên đường, không mũ áo,
Bước chân đi khập khiễng, lại không giày.

Hàng cây kia lửa gào, không lên tiếng,
Ta đến trường, lặng lẽ một mình ta.
Đâu tà áo của ngày ta chung bước,
Đây cảnh nhà như vắng đã nghìn năm!

Ta bơ vơ giữa đường nhìn thay đổi,
Nàng ra đi, trường nay khác xưa rồi!
Nhìn quanh đây chỉ thấy toàn xa lạ,
Không thầy, không bạn, không cả người thân.

Tôi ngập ngừng, bước đi từng bước nhỏ,
Việt cộng đã vào, tôi bỏ trường xưa.

*

*   *

Tôi về quê với đôi chân lệch,
Cánh chim xưa lạc bến về đâu?
Cho nước mắt, mùa ngâu vội đến.
Để cho thuyền chẳng bến chờ nhau!

2002

Bảo Giang

Đường chiều (1)

Em có nhớ chiều thu năm ấy,
Ta chia tay trong đáy mắt sầu.
Ngày tan trường, chim bay lặng lẽ,
Ta chẳng lời chia sẻ ngày mai!

Rồi cuối đường cơn mưa vội tới,
Như dấu lệ trời gởi cho ta,
Khóc cho nhà và cho đất nước,
Cho một lần ta bước xa quê.

Để một mai nếu thuyền không bến,
Sóng biển dài tìm đến đời nhau.
Ta vẫn còn quê nhà yêu mến.
Ta vẫn có một bến Việt Nam.

*
* *

Ở đó, ta có một quê hương.
Cha ông ta ngàn xưa lập quốc,
Cho cháu con sống với sơn hà.
Nay ly biệt chỉ là khoảnh khắc,

Dặn người đi hãy nhắc ngày về,
Đường dẫu dài chẳng hề lạc lối,
Hãy ghi tâm đất tổ nghìn đời.
Cùng anh em một lòng vì nước,

Cho quê mẹ cất bước vang vang.
Để một mai khi ta về bến,
Vẫn đường làng, vẫn mái tranh quê.
Với tiếng cười tin yêu ngày trước,

Đưa ta về nhịp bước thênh thang.
Ở đó là ngàn hương trìu mến,
Ở đó là bãi bến quê ta.
Nơi muôn đời đan tay kết ước.

*

* *

Nhớ khi xưa đôi ta vừa lớn,
Ta bên nhau nhịp bước trên đường.
Mừng quê hương trải ngàn nắng mới,
Đưa ta vào mộng ước bay cao.

Rồi nắng lên ánh vàng khắp lối,
Cho đàn trẻ vui với mái trường.
Người đi ngang vườn hương trái ngọt,
Ta về với nhịp thở quê hương.

Quê ta đó, tình thương rộng mở,
Đất nước Việt mãi nở muôn hoa.
Ước vạn đời trăng cao còn sáng,
Đón ta về với nắng Tự Do.

Ở đó là, Việt Nam ngày mới,
Ở đó là, tiếng nói quê ta.

05-2012
Bảo Giang

Nắng Xưa

Chiều đất khách, mưa rơi nhiều quá,
Lòng người đi, lại nhớ quê nhà.
Nhớ lối xưa đôi ta cùng bước,
Nhớ tháng năm, nhớ tới ngày hè.

Ta nhớ cả hàng tre, đường lớn,
Nhớ lối về khi tiễn đưa nhau.
Ngày tháng đợi, xuân kia chẳng đến,
Cho rừng xưa hoa lá đổi màu.

*
*   *

Ngày ta đi đường quê bụi đỏ,
Bước theo ta ghi dấu một đời.
Còn nơi đây, đường không dấu bụi,
Nhắc nhở ta nhớ mãi quê xưa.

Ở đó, từng chiều bên suối vắng,
Lũ trẻ đan tay, hát giữa trời.
Dưới chân, khe nước trong như ngọc,
Tiếng cười, tiếng hét vọng lên mây.

Rồi một ngày đan tay trốn học,
Tìm chim, đuổi bướm, lẩn bên đồi.
Chiều về nhìn cha đôi mắt trắng,
Gặp thầy hiệu trưởng với roi mây.

*

* *

Tuổi thơ ơi, sao đi vội quá,
Xuân chưa đến, nay đã nắng hè,
Từng đôi mắt gởi theo dòng chữ,
Với đôi hàng lưu ký ngày xanh.

Tôi vẫn nhớ đôi tay ngày ấy,
Nắn nót đôi dòng gởi đến ai.
Nhìn người e ngại không dám nói,
Ngỡ ngàng thư ngỏ lại đến tay.

Đất trời thẹn thùng không lên tiếng,
Em nghiêng vành nón để lánh đời.
Cầu cho tháng ngày tươi đẹp mãi,
Ai ngờ cộng đến phải chia tay.

*

* *

Từ đó em đi vào quãng vắng,
Ta đến ngục tù, trắng đôi tay.
Trở về dép guốc đua nhau thẹn,
Ngửa mặt nhìn trời hẹn cuộc say.

Ta bước giữa đường đôi chân lệch,
Trường xưa tình cũ cát bụi vương.
Đong đưa lệ đổ trên dòng chữ,
Cả nước đau thương bởi một phường.

Trên cao bóng vàng đà khuất núi,
Đóm hồng phe phẩy với cờ sao.
Nhìn lên, trời xanh còn xanh mãi,
Dưới phố gươm đao đã đỏ màu.

*

* *

Rồi ta đi, đi vào đất mới,
Ở quanh đây, chẳng có người thân,
Sáng đứng nhìn chim đàn sải cánh,
Chiều trở về đếm tháng năm qua.

Ngày nơi đây dài như năm tháng,
Cho ta ngồi vương vấn quê xưa.
Mà lối về chừng như chẳng có,
Còn lại đây, mắt đỏ từng đêm.

Bao giờ cho nước về đây nhỉ,
Ta về, ta kết lại tương lai.
Bên nhau ôm lấy ngàn lưu luyến,
Kỷ niệm nghìn năm chỉ một lần.

10-2009
Bảo Giang

Chiều xa quê

Ôi, ta nhớ mãi chiều thu ấy,
Nắng sắp tàn người vội vã đi.
Bốn mắt nhìn nhau ghi dấu lệ,
Gió rát bên sông xé nát lòng.

Người đi chẳng kịp câu từ gĩa,
Kẻ về dao búa, nước chia đôi.
Bến cũ làng xưa hương lửa tắt,
Sau hè tiếng khóc sớm vọng vang.

*

* *

Từ đấy đường quê là cách biệt,
Đời người, sớm tối gặp bể dâu.
Con thuyền lênh đênh không cùng bến,
Cho cảnh phân ly vọng nỗi sầu.

Đất bắc cộng về khai đấu tố,
Gặp hồ, chinh, duẩn, khởi tố cha.
Xuân khu, xuân diệu, tay giáo mác,
Khắp lối tang thương với cỏ hồng.

Phương nam nắng mới hoa nở rộ,
Đường quê thong thả bóng chiều mơ.
Non sông hai ngả đường cách biệt,
Tên nhà tên nước chỉ là không.

Từ đấy, đất mẹ không cùng lối,
Một ngõ chia hai lắm phũ phàng.
Lênh đênh theo hạn giữa mùa rối,
Tiếng quốc bốn mùa nát ruột gan,

Người đi, người khóc mờ đôi mắt,
Kẻ về, cay đắng đọng vành môi.
Đường nam nắng mới, hoa đua nở,
Đất bắc trống dục mở cờ sao.

Năm tư, quê hương vào nạn lớn,
Đường dài non nước một niềm đau.
Sông Gianh chúng kẻ làm ranh giới,
Nước Việt hai chiều nước mắt rơi.

Người đi, đi với ngàn lưu luyến,
Kẻ về, về với vạn tang thương!

2007
Bảo Giang

Hỏi trời

Trời hỡi, bao giờ cho ngày mới,
Cho non cao liên kết biển ngàn.
Khi chia tay hẹn ngày về tới,
Cho bắc nam lại nối vòng tay.

Ta sẽ về với ngàn yêu dấu.
Cho cuộc đời sạch vết thương đau.
Cho mọi người đan tay ngày mới,
Cho con đường non nước nở hoa.

Xoá tan đi tháng ngày ngăn cách,
Đường bắc nam tay nắm lấy tay.
Người về yêu lấy con phố nhỏ,
Kết lại tin yêu với xóm làng.

*

*   *

Ta ước ngày mai trang sử mới,
Cho người cho nước một nguồn vui.
Đường quê ta bước cùng hoa nở,
Muôn tiếng cười, tiếng hát vang vang.

Quên đi nước mắt ngày đưa tiễn,
Mở ra cho nước một tương lai.
Người đi chẳng hổ câu hò hẹn,
Ngày về nắng mới ngập thôn trang.

Tình quê nhắc nhở câu hẹn ước,
Non nước reo vang với tiếng chào.
Người già em bé như hoa nở,
Tiếng hát ngân vang tới tận trời.

Cao xanh ơi, đất trời hòa hợp,
Người người chung bước với yêu thương.
Nam bắc từ đây đời tươi sáng,
Đất nước thênh thang rạng nắng vàng.

11-2013
Bảo Giang

Nhớ quê (4)

Ta ra đi từ chiều tám mốt,
Nay tuổi đời đã nặng trên vai.
Cho hình hài chẳng còn như trước,
Chỉ một điều vẫn nhớ quê xưa.

Này hàng cây bên bờ suối vắng,
Đây khu vườn dưới nắng hoàng hôn.
Ta trong tay đi tìm bóng mát.
Cho tiếng cười tiếng hát lên mây.

*
*   *

Nhớ ngày đi lòng ta đã ước,
Ước mai về sống với quê xưa.
Bên mái trường khi ta mới lớn,
Có thầy cô, có lớp bạn bè.

Để tìm xem ai còn ai đã,
Bởi đời người thoáng mắt chia tay.
Mới hôm nào ê a đôi chữ,
Đến một ngày đội ngũ trên vai.

Anh lên đường đón ngày mai tới,
Sân trường cũ từ đấy vắng tin.
Làng quê ta trùng thời gặp nạn,
Ôi, đời người như cánh chim di.

Hôm nay đây còn ghi hàng số,
Nắng sớm mai chim đã xa đàn.
Bỏ sân trường, quê hương cũng bỏ,
Cho tiếng cười mất dấu theo mây.

*

*   *

Ngày xanh ơi muôn vàn nhung nhớ,
Nhớ tiếng cười nhớ tuổi ấu thơ.
Nhớ mái trường nhớ đàn chim nhỏ,
Mà thời gian cũng chẳng quay về.

Người ra đi cho hè thêm vắng,
Em chẳng về cho nắng cô đơn.
Cho lòng ta ngày dài trống vắng,
Như cánh diều cao chẳng tiếng đàn.

01-02-2024
Bảo Giang

Tình thu (1)

Ai như gió nhẹ buổi cuối thu,
Đưa ta về ngày xưa dấu ái,
Bên ngôi đình ta đến năm xưa,
Nơi ghi dấu tuổi vừa mới lớn

Này con đường ta dẫn nhau đi,
Kia lá rụng nằm yên dưới nắng.
Bỗng một ngày lặng vắng bước chân.
Kẻ ra đi, rồi ai ngồi khóc.

Cho thời gian vào giấc chiêm bao.
Người ở lại điểm ngàn thương nhớ,
Kẻ ra đi theo cánh chim bay,
Còn lại đây chiều thu tắt nắng.

*
*   *

Nhớ hôm xưa, những lời báo trước,
Chiến tranh về hồn nước xác xơ.
Đường năm ấy bây giờ cỏ mọc,
Ta mất đi giấc mộng trong mơ.

Hỏi ngày mai đồi hoa có nở.
Cho mặt trời với nắng lên cao,
Xoá tan đi cỏ hồng man rợ,
Để ta về, tay nắm lấy tay?

Hay đường trần thêm ngàn gió bụi,
Để ta đi, đi biệt chẳng về?
Cho từng người quên đi năm tháng,
Cho từng ngày lạc dấu quê xưa.

Đẩy ta vào chiều hoang nắng tắt,
Như ánh vàng lặng dưới mưa thu.
Cho năm tháng đi vào quãng vắng,
Và đời người theo nắng qua đi.

*

*   *

Hãy nói đi, dẫu nghìn gió lạnh,
Cho ngày mai tất cả còn đây.
Đường xưa ấy vẫn là thương nhớ,
Ta sẽ về nắm lấy đôi tay.

Rồi ngày mai sẽ là tiếng hát,
Và cuộc trần cũng mãi đi qua,
Ta vẫn còn cho nhau nhung nhớ,
Ta vẫn còn tiếng hát quê ta.

Nhìn trời cao, nắng lên mà ước.
Ước nghìn năm sống với trăng thề.
Ước nghìn năm gần kề dấu ái.
Để ngày dài mãi mãi còn nhau.

Rồi nắng lên hay là dông bão,
Bước ta về mãi mãi còn ghi.

05-2020
Bảo Giang

Bài Ca Hòa Bình (8)

1.

Năm ấy xuân đi chẳng một lời, (1945)
Hạ về phượng nở đỏ nơi nơi.
Chào thu pháo nổ tung trên phố,
Đông đến tang thương thấm máu người.
Từ đấy bắc nam đành cách biệt (1954)
Non cao núi thẳm chẳng chung trời.
Miền Nam tiếng hát vang vang mãi,
Đất bắc quê xưa những ngậm ngùi.

2.

Đất bắc quê xưa những ngậm ngùi.
Hoà bình rồi, hỡi hòa bình ơi.
Phương Nam ca múa vui ngày hội,
Tiếng hát vươn cao đến tận trời.
Tình nước quê ta tươi đẹp quá.
Lòng người như sóng biển đầy vơi.
Vạn dân nô nức bài ca mới,
Đất nước hân hoan những nụ cười!

3.

Đất nước hân hoan những nụ cười!
Người già em bé bước vui tươi.
Đường xa chim hót, hoa đua nở,
Rộn rã bên nhau những tiếng mời.
Chinh chiến đã qua nắng mới đến,
Làng trên xóm dưới rượu đầy vơi.
Người đi tay nắm, chân đều bước,
Ngọn gió vươn lên rạng nắng trời,

4.

Ngọn gió vươn lên rạng nắng trời,
Dưới trăng, đèn sáng tỏ hồn thơ.
Người người chung tiếng bài ca mới,
Tổ quốc thân yêu một bóng cờ!
Bỗng chốc, giữa ngày không hẹn ước,
Hỏi trời, hỏi đất, đất như mơ.
Mậu Thân lá đỏ gieo tang tóc,
Tiếng thét ba mươi khóc bỏ đời.

5.

Tiếng thét giữa đêm khóc bỏ đời.
Trẻ già, trai gái khấn van trời.
Trời cao im tiếng, không lên tiếng,
Đất thấp đạn vang, nổ xé... giời!
Thành phố, phương nam theo xác pháo.
Đầu làng cuối xóm khóc khan hơi,
Ngàn năm chưa thấy loài man dã,
Đốt pháo đêm xuân giết vạn người.

6.

Quả pháo đêm xuân giết vạn người.
Thôn làng, phố xá thịt xương rơi.
Người đi than khóc không ngừng tiếng,
Kẻ đến nghênh ngang với nụ cười.
Mẹ chết trong nhà không kịp trối,
Con thơ ra phố cũng lìa đời.
Nghìn sau còn mãi lời kinh sử,
Đường phố bắc nam cháy ngụt trời.

7.

Đường phố bắc nam cháy ngụt trời.
Hoà bình rồi, hỡi hòa bình ơi,
Từng đêm máu chảy hồn ai oán,
Nước mắt sầu vương đến vạn đời.
Đất Việt tan hoang, nhờ đạn pháo,
Phương nam gặp nạn máu sương phơi.
Ngàn hoa đã tàn theo năm tháng,
Chỉ có đau thương nở với đời.

8.

Chỉ có đau thương nở với đời,
Hoà bình rồi, hỡi hòa bình ơi!
Chiến tranh nước mắt tràn sông núi,
Mơ ước yên vui chẳng gặp thời.
Máu chảy từng đêm theo mã tấu,
Xác người dân Việt khắp nơi nơi.
Ngày sau ai viết bài kinh sử,
Ghi nhớ người đi chẳng một lời.

9.

Hãy nhớ người đi chẳng một lời.
Hòa Bình rồi hỡi Hòa Bình ơi!
Người đi theo nước không về nữa,
Tiếng hát hôm nao đã hết rồi.
Chinh chiến mươi năm tràn nước mắt,
Hoà Bình cộng đến lại đầu rơi.
Ánh vàng vừa khuất bên sườn núi.
Khố đỏ múa dao lộng đất trời.

10.

Khố đỏ múa dao long đất trời,
Qủy thần cũng thác, há dân tôi.
Tìm đâu hoa nở theo liềm búa,
Chỉ thấy máu tanh suốt một đời.
Tháng tám chúng về treo khố đỏ,
Người dân nước Việt chết như mơ.
Ba mươi lại đến không kèn trống,
Chỉ có răng hô há miệng cười.

09-2015

Bảo Giang

Em đi, nhớ... đừng về

Em ra đi một ngày không nắng,
Cuối trời chiều tháng tám mưa rơi.
Tên Sài Gòn, khung trời đã đổi,
Cây me già một bóng cô đơn.

Nay sân trường trong cơn gió lốc,
Chẳng áo dài phất phới theo mây.
Còn lại đây vài viên sỏi vỡ,
Cho tiếng động theo gõ dưới chân.

Kìa hàng cây lặng nhìn gió cuốn,
Bao lá xanh rụng xuống sân trường.
Lớp học cũ bây giờ trống vắng,
Bạn bè xưa chẳng thấy bóng hình.

Còn đâu lá me trên mái tóc,
Còn đâu bao ánh mắt kiêu sa.
Còn đâu tà áo dài trong gió,
Và còn đâu bóng dáng năm xưa?

*
* *

Người ra đi, trường xưa cũng khác,
Lũ hồ về dáo mác hôi tanh.
Kìa lớp học như là nhà táng,
Cho từng người dạ dắng, tang thương.

Phía ngoài kia, tên đường cũng đổi,
Chúng đổi tên, rồi đổi họ hàng.
Cho đất này cùng chung nỗi khổ.
Cho con người nối khổ theo nhau.

Em ra đi một ngày không nắng,
Ta về quê đường vắng, không mây.
Chờ gió mưa theo mùa chuyển đến,
Ta ra đồng cày cấy nuôi thân.

Ta sẽ tìm niềm vui trong mắt,
Cho tiếng hát ngày mới dâng cao.
Dẫu lửa lòng năm nào đã lạnh,
Ta chẳng quên giấc mộng tuổi thơ.

Rằng ngày mai khi ta sẽ lớn,
Nắm tay em ta ước đôi lời.
Ước dòng đời cùng chung bến nước,
Cho đất trời gặp gỡ tương thân.

*

* *

Em đi rồi, tiếng lòng cũng tắt,
Cuối nắng hè ai hát trên đê.
Chờ đông về ta ghi hàng chữ,
Nhớ từng ngày, lại nhớ từng đêm.

Nhớ mái trường, nhớ ngày tháng cũ,
Nhớ con đường, nhớ cả dáng xưa.
Giờ thu tàn theo màu mới đến,
Xuân chẳng về cho én lạc đàn.

Còn lại đây đôi bàn tay trắng,
Ta vươn vai vượt nắng ra đi.
Đường hôm nay một mình một bóng,
Ngước nhìn trời chỉ thấy thinh không.

Ánh vàng rơi, lửa lòng cũng tắt,
Quê hương ơi, nước mắt nghẹn ngào.

*

* *

Thôi em đi, đừng quay về nhé,
Bởi từ đây ngày sẽ không tên.
Xuân đã đi, hoa tàn mất dấu,
Ta một mình, một bóng chân hoang.

Nay con đường chẳng còn như trước,
Dăm lá đỏ phủ bước tương lai.
Lại thêm hình thằng hề lơ láo,
Nó ở đây giết chết phận người.

Rồi hạ đến cho đời tan tác.
Bước xuân về thiếu cả nắng mai.
Cho lòng người tàn theo ngục lạnh,
Oán gió mùa, giận lẫy thu đông.

Nay Em đi nhớ đừng về nhé,
Bởi từng người chỉ nhắc chữ đi.
Đi thật xa, xa nhà xa nước,
Đi cho xa những bước đau thương.

Ở nơi đó mùa đông dẫu rét.
Nhưng may còn nắng ấm trong tim.
Còn nơi đây mặt trời vẫn nắng,
Mà đời người cay đắng lên ngôi.

Kìa mưa dầm lâu rồi không dứt,
Cho đất trời vết nứt tang thương.
Cho màu áo đời người rách nát,
Cho hoang tàn chồn cáo lên hương.

*

*   *

Nay em đi dặn lòng đôi chữ,
Dẫu ngàn đời vẫn nhớ quê hương.
Ta sinh ra từ dòng dõi Việt.
Với sách sử lưu ký ngàn năm.

Em phải nhớ tiền nhân lập quốc
Với tháng ngày non nước nở hoa.
Đường ta đi chan hòa nắng mới,
Bước dân về sống với hoan ca.

Đường sử dài, chưa lần thấy cảnh,
Lũ khỉ rừng tay nắm cán dao.
Dân lầm than đi như qùy gối.
Ngậm tủi hờn sống với đắng cay.

*

*   *

Thôi, em đi đừng quay về nhé,
Nhớ đừng về với lớp phấn hương.
Cho dân ta muôn ngàn khốn khổ.
Cho cả nước thêm đổ lệ lòng.

02-2010

Bảo Giang

Cây lá đỏ

Theo dòng lá đỏ một rừng xương,
Khởi bắc vào nam khắp nẻo đường.
Sáng sớm phát loa, khai mã tấu.
Xế chiều gõ trống, cộng xưng vương.

Phen này cả nước gặp nguy khốn,
Bốn bể quy về một nhiễu nhương.
Hồ cạn, đồng khô, dân chết dấp,
Bên đường cờ đỏ xác phơi xương.

07-1980
Bảo Giang

Vịnh cờ đỏ
(họa, vịnh đền kiếp bạc)

Ễnh ương mãi võ mộng anh hùng,
Đánh trống rước Tàu triệt núi sông!
Miền bắc tang thương vì lá đỏ,
Phương nam tan nát bởi cờ hồng.

Ngàn xưa đã thoát đời nô lệ,
Một sớm ba mươi vỡ trống đồng.
Cả nước thay nhau mặc áo vá.
Một đoàn hồ phỉ báo khoe công!

1981
Bảo Giang

Khoe công

Cờ hồng khố đỏ đón vinh quang.
Cả nước tang thương máu ngập đường.
Phía bắc thét loa mừng giải phóng,
Phương nam lệ chảy đón rừng xương.

Gớm thay công nghiệp thời liềm búa,
Dối mẹ lừa cha đủ mọi phường.
Bán nước quy về công cán lớn,
Lừa dân hồ phỉ tự xưng vương!

07-1980
Bảo Giang

Nhớ cố hương

Đường về cố quốc mãi trong ta,
Chẳng biết khi nao về đến nhà.
Hôm ấy ra đi đà hẹn ước,
Ngày về muôn sắc phải nở hoa.

Nào ngờ xuân mãi không kèn trống.
Bến cũ thuyền xưa vết bụi nhòa.
Ngày tháng cứ đi chẳng trở lại,
Tuổi già vội đến, tóc thêm hoa.

2001
Bảo Giang

Mai đây Hoà Bình (2)

Rồi mai đây khi hòa bình đến,
Đất nước mình cập bến tự do.
Nắm tay nhau ta hò, ta hát,
Ta bên nhau, nam bắc một nhà.

Anh với tôi không là ngăn cách,
Ta chung dòng khí phách cha ông.
Ta đứng lên cho dòng máu chảy,
Ta đứng dậy lửa cháy tin yêu.

Tay trong tay cho lòng rộng mở,
Tay đan tay giữa phố, trên đường.
Cám ơn người hiên ngang vì nước,
Đã bước đi những bước kiên cường.

Đường người đi vai mang nghiệp nước,
Ta quy về nhịp bước quê hương.
Cho ngàn đời vinh quang về tới,
Cho Việt Nam vui với thái bình.

*

*   *

Rồi mai đây hòa bình hoa nở,
Quê hương mình rộng mở vòng tay.
Hôm qua Thủ Đức, nay Đà Lạt,
Lắng tai nghe khúc hát quân hành.

Viết trên đá danh tài giữ nước,
Cho dân Việt vững bước hiên ngang.
Dẫu đường dài, chông gai, nguy biến,
Đường ta đi vững tiến dưới cờ.

Có ngại chi giặc thù yếm trá,
Mai ta về bến đá Nha Trang.
Này Đồng Đế thao trường như thép,
Đây chiến trường sử chép đề thơ.

Đời chinh chiến sương mờ đỉnh núi,
Khoác áo bào định ước biên cương.
Đời chinh nhân, sa trường vững bước,
Há ngại gì cóc nhái dưới chân.

Ta một lòng vì dân vì nước,
Trọn một đời chung bước, hiến thân.

*

* *

Mai Ta về Nam Quan, Bản Giốc,
Thăm thành đồng, cột mốc nhà Nam.
Kia đỉnh trời Hà Giang dấu ái,
Ta về đây sống với áng văn.

Đã lưu ký nghìn năm dựng nước.
Của tiền nhân thuở trước khai công.
Đây Nước Nam núi non hùng vỹ.
Có Đồng Văn với phố Kỳ Lừa.

Đưa ta về thời kỳ mở nước,
Để từng ngày vững bước đi lên.
Ta sẽ về Lai Châu, sông Đáy,
Thăm Cao Bằng, Yên Bái, Lạng Sơn.

Rồi ta về Sơn La, Bắc Kạn,
Đến Hòa Bình, Phú Thọ, Điện Biên.
Nơi vẫn còn lửa thiêng, trống thúc,
Của núi rừng với khúc kèn vang.

Ta bước theo Chi Lăng chiến sử,
Ta dõi nhìn núi Quỷ Môn Quan.
Đây linh địa viết thành lịch sử,
Đã bao đời đứng giữa rừng gươm.

Cùng dân ta sống thời oanh liệt,
Đã ghi khắc công nghiệp cha ông.
Lưu ký ngàn năm vào bia đá,
Cho người người nối bước đi lên.

*
* *

Mai ta về sông Thao, sông Mã,
Thăm Việt Trì qua ngã Đà Giang.
Thuyền sẽ về Tuyên Quang, Vĩnh Phúc,
Qua Hạ Long, Cẩm Phả, Bắc Giang.

Em nhớ về Đống Đa, Hà Nội,
Để chung vui vũ hội Sông Lô.
Rồi ta về Đông Đô, Vạn Kiếp,
Mừng Lam Sơn kiến nghiệp non sông.

Bạn còn nhớ sông Hồng, đất Thái,
Nơi cho ta tất cả yêu thương?
Này Hà Nam con đường ta bước,
Kia Thanh Nghệ bến nước còn ghi.

Rồi chiều mai ta về Hà Tĩnh,
Đến bến thuyền Đồng Hới, Đông Hà.
Quê ta đó, từ ngàn thu trước,
Lớp tranh nghèo phủ mái trường xưa.

Này cây soan đã già hơn trước,
Đám rêu phong phủ lớp trên tường.
Nhìn cảnh cũ mà lòng hoa nở,
Đất nước ta muôn thuở là thơ.

Người với người chung hòa khúc hát,
Tay trong tay ánh mắt rạng ngời.
Ta chen vai dưới trời nắng mới,
Cho màu cờ đất nước nở hoa.

*

* *

Việt Nam ơi, vững bước lên đường.
Hết chiến tranh yêu thương sẽ nở,
Ta về đây chung mở tấm lòng.
Bắc với Nam đan tay ta hát,

Đường Cộng Hòa tay nắm lấy tay.
Cho hồn Việt tung mây lướt gió,
Xây biển trời, kết nối thương yêu.
Cho quê ta ngày mai bừng sáng,

Việt Nam ơi ta hãy về đây,
Cùng nắm tay cho ngày mai đến.
Cùng đi lên cho đất chuyển mình.
Đường ta đi nghìn năm chung bến,

Bước trở về ta đến bên nhau.
Tay trong tay tin yêu đã mở,
Quê hương ta muôn thuở đợi chờ,
Ta về đây chung lời chung tiếng.

Cho đuốc Việt thăng tiến vươn cao.
Đường quê ta nắng Vàng hoa nở,
Đất nước Nam muôn thuở hoan ca

07-2010
Bảo Giang

Tuổi ấu thơ

Ngày xưa em tôi sách đến trường,
Làn tóc thơ ngây chưa biết buồn,
Từng chiều em đếm là me bay,
Để lòng gặp gỡ giấc mơ hoa,
Màu xanh ghép vào muôn trang sách,
Kỷ niệm xinh xinh.

Rồi khi ba mươi giặc kéo về,
Màu mắt em tôi đã vướng buồn,
Bạn bè xa cách đứa đôi nơi,
Tình đời đổ nát giấc mơ hoa,
Trường yêu thôi gĩa từ,
Còn đâu nữa tuổi ấu thơ.

Ra đi, gạt giòng nước mắt ra đi.
Đường thơ mộng đó bây giờ gởi lại cho ai?
Còn đây năm tháng với những vơi đầy,
Tìm đâu cho thấy những ngày xưa ấy.
Người ơi nhớ ghi vào trang giấy,
Kỷ niệm thương đau.

Chiều nay bơ vơ trên xứ người,
Lặng đứng trông mây về cuối trời.
Ngày ngày em đếm tháng năm qua,
Mà lòng lại thấy những xót xa.
Đường quê nhạt nhòa theo năm tháng.
Biết bao giờ nguôi.

Ngày mai ai đi về đất Việt,
Chuyển đến quê tôi ngàn tiếng cười.
Gởi người năm tháng với đau thương,
Dặn người hãy sống với non sông
Ta đứng hiên ngang cùng trời đất,
Dẫu thuyền xa bến, nước mắt không rơi.

Ngày mai ai đi về đất Việt
Hãy đến quê tôi cùng tiếng cười.
Đừng buồn đừng khóc tháng năm qua
Để lòng gặp gỡ giấc mơ hoa
Hồn thiêng xin khắc vào sông núi,
Lời thề vì nước, chẳng bao giờ phai.

03-2002

Bảo Giang

MỤC LỤC TẬP 6

Hịch Cứu Nước	119
Mai đây hòa bình (1)	127
Mai Ta Về (3)	134
Những Nẻo Đường quê tôi (1)	137
Những nẻo đường quê tôi (2)	143
Bài thương ca số 2	148
Lời dặn	155
Đường quê xưa	158
Cuộc thế	164
Thế sự	165
Tiếng chim	166
Tiếng vọng nửa đêm	167
Công nghiệp (2)	168
Bước Ta đi	169
Khúc chia ly	171
Chiều tan trường	175
Cánh chim không nhà	178
Đường chiều (1)	185

Nắng Xưa 188
Chiều xa quê 192
Hỏi trời 195
Nhớ quê (4) 197
Tình thu (1) 199
Bài Ca Hòa Bình (8) 202
Em đi, nhớ... đừng về 207
Cây lá đỏ 213
Vịnh cờ đỏ 214
Khoe công 215
Nhớ cố hương 216
Mai đây Hoà Bình (2) 217
Tuổi ấu thơ 224

BẢO GIANG

TÌNH NƯỚC

The Nation's Poetry 7
Tập 7

Tiếng gọi Non Sông

Sydney 2025

Tiếng gọi Non Sông

Dậy đi anh, sao còn ngủ mãi,
Tiếng trống sang canh đã điểm rồi.
Đầu làng cuối xóm người thao thức,
Lẽ nào yên giấc một mình anh?

Dậy đi anh, chàng trai nước Việt,
Nơi biên cương trống dục kèn vang.
Bao người đã lên đường vì nước,
Có đâu chồng tôi ước sống hèn.

*

*   *

Dậy đi anh, hỡi người vì nước,
Ta lên đường tiếp bước cha ông.
Ngoài trời kia dẫu là giông bão,
Ta đứng hiên ngang giữ mệnh trời.

Dậy đi anh, chàng trai nước Việt,
Ta lên đường, đi viết sử xanh.
Mở tương lai, đón ngày hội đến,
Cho trăm họ yên bến quê cha.

Dậy đi anh, đây ngày đổi mới,
Đừng khoa trương áo mão, cân đai.
Hãy một lần chen vai sánh bước,
Dẹp bạo tàn cứu nước với dân.

Dậy đi anh, kèn vang tiếng gọi,
Bao lớp trai đã vội lên đường,
Người đi chép lại giòng kinh sử.
Kẻ về giữ vững giải giang sơn.

*

* *

Dậy đi anh, hành trang đã sẵn,
Em gói lại chung gánh bên anh.
Này đây tình nhà, lòng con trẻ,
Ta kết vào tấm thẻ ngày mai.

Em reo vui lúc trời vừa sáng,
Dẫn con ra đến tận đầu làng.
Cùng mọi người đan tay kết ước,
Mặc cho anh tấm áo chiến bào.

Người chiến sỹ, anh hào vì nước.
Tung vó ngựa cất bước thang mây.
Chàng hãy nhớ, đừng sầu ngấn lệ,
Khóc hòa theo tiếng trẻ ngây thơ.

Chàng hãy nhớ tình nhà nợ nước.
Đặt trên vai theo bước quân hành.
Đi đi anh, người trai nước Việt,
Dấu lệ ngày tiễn biệt chia ly.

Đó chính là tình yêu, nghiệp nước,
Em reo vui đón bước anh về.
Dân mừng rỡ ghi đề trang sử,
Đường Cộng Hòa ấn ký vinh quang.

Đạp dưới chân khỉ đàn man rợ,
Để cho đời tươi nở muôn hoa.
Người với người chung hòa khúc hát,
Đón anh về trong nắng hoan ca.

Đường Tự Do hoa Vàng trong nắng,
Đuốc Độc Lập soi sáng tương lai.
Việt Nam ơi, đây ngày bừng sáng,
Quê hương ta chung giải nắng vàng.

Từ đây nhà nhà vang tiếng pháo,
Tay đan tay theo dấu chiến bào.
Tạ ơn người vì dân vì nước,
Em an lòng, nhịp bước bên anh.

Cùng toàn dân, hòa vang khúc hát,
Gởi cho đời muôn vạn tiếng ca.
Để mai sau truyền cho con cháu,
Giải gấm Vàng gói trọn tình quê.

*

* *

Anh hỡi anh, người vì tổ quốc
Hãy hiên ngang, chung bước ta đi.
Này cung kiếm, ngàn xưa lưu ký,
Đây chiến bào, cơ nghiệp ông cha.

Anh nhận lấy, hai vai gánh vác,
Cho vạn đời, sống thác vinh quang.
Cho sử sách thêm ngàn trang mới,
Nhà Việt Nam sống với nắng vàng.

Đường tương lai thênh thang một cõi,
Ở đó là tiếng nói Tự Do.
Ở đó là ấm no Độc Lập,
Dậy đi anh, đứng dậy đi anh.

Dòng lịch sử nghìn năm còn đó,
Chương mở đầu đã có Ngô Vương.
Toàn dân góp sức, chung chí lớn,
Triệt quân thù báo đáp giang sơn.

Kìa Bạch Đằng sáng ngời trang sử,
Mở tương lai dựng ánh cờ Vàng.
Rồi Nhị Trưng lên đường vì nước,
Vạn đời sau tổ quốc đề danh.

Nay anh là chàng trai nước Việt,
Có lẽ nào chỉ biết rong chơi.
Mà quên đi tình người vì nước,
Mặc cho đời đếm bước khổ đau?

*

*   *

Anh hỡi anh, sớm mai trời sáng,
Ta đứng dậy, trong nắng vinh quang.
Kìa Hưng Đạo giữa ngàn đạn tiễn,
Đây Trần Bình tiếng thét uy linh.

Trọn một đời hy sinh báo quốc,
Sống hiên ngang như đuốc dẫn đường.
Không ươn hèn làm vương đất Bắc,
Chí vạn đời sống thác với dân.

Ngày Lê Lợi trên lưng chiến mã,
Có giặc nào không nát, không tan.
Kìa Thoát Hoan ngậm hờn ống cống,
Vào Ngọc Hồi, Nghi Đống tan thây.

Nhịp vó đùa Quang Trung lướt gió,
Tiếng pháo tràn vang dội Đống Đa.
Đường Thăng Long quê ta rộng mở,
Chiêng trống mừng vọng tới thiên thu...

*

*   *

Anh hỡi, dân sinh là sức sống,
Bước chân này buộc với tương lai.
Đường lịch sử chính là sông núi,
Dân Lạc Hồng sống thác hiên ngang.

Nghìn đời qua đuốc thần vẫn sáng,
Vạn thế sau còn nắng vinh quang.
Dậy đi anh, trai hùng nước Việt,
Đi lên đi, ánh đuốc nhà Nam.

11- 2012

Bảo Giang

Mai Ta Về (1)

Mai anh về ngàn hoa sẽ nở,
Nam Bắc về nguồn cội yêu thương.
Người đem về vinh quang cho nước.
Chị đem về áo ấm cho dân.

Anh nêu gương một đời gian khổ,
Sử sanh kia lưu ký nghìn chương.
Người hiến thân trên đường chính nghĩa,
Đất nước còn viết khúc yêu thương.

Anh hát vang bài ca vì nước,
Em bước đi những bước kiên cường.
Ta bên nhau trên đường bừng sáng,
Ta chung tay với nắng lên cao.

*

* *

Mai anh về nắng vàng rực rỡ,
Bao trẻ thơ vui bước đến trường
Đường Việt Nam hoa vàng tươi nở,
Đất nước nam hơi thở nhịp nhàng.

Rồi xuân về nhà nhà đổi mới,
Anh bên em sống với tình người.
Ta bên nhau đón mùa xuân mới,
Tay trong tay hướng tới tương lai.

Nhớ hôm nao,
Hoa vàng đi, đất trời nghiêng ngả,
Núi phương Nam đổ xuống từng hàng.
Ngày người đi không bài đưa tiễn,
Triệu con tim đứng chết bên đường.

Nhìn lên cao nắng trời ráng đỏ,
Đàn chim Việt mất cả tương lai.
Lá hoa kia tuy rằng vẫn nở,
Có khác gì đồi trọc không hương!

Ngày Việt Nam tang thương nguy khó.
Dân khóc Người Chiến Sỹ Tự Do.
Rồi phương nam màu cờ đổi sắc,
Cho hồn thiêng sông núi ra đi.

Người trên đường như chim lạc hướng,
Giữa lưng trời chẳng biết về đâu.
Người đi non nước tang thương quá,
Giặc về đây, nước mắt chẳng ngừng.

*

*   *

Mai Anh về, rừng thiêng thay lá,
Đất nước Nam vui nắng cộng hòa.
Ngày anh về nhà nhà đổi mới,
Khắp thôn làng vui với tiếng ca.

Ngày ta về hoan ca khắp lối,
Người bên người bước tới tương lai.
Đường ta đi ngàn mai tươi nở,
Đất nước Nam hơi thở nhịp nhàng.

10-2007
Bảo Giang

Chiến Sĩ Vô Danh?

Kính dâng người chiến sĩ đã một đời vì tổ quốc Việt Nam.

Tôi viết bài thơ Hồn Tử Sĩ,
Kính dâng người Chiến Sĩ Vô Danh.
Người là những anh tài đất nước,
Đã một thời sống với quê hương.

Người không màng cao sang, bổng lộc,
Chẳng tơ vương đón đợi hào quang.
Người sống với tinh thần dân tộc,
Trọn một đời vì nước hiến thân.

Người đã đến tự ngàn thu trước,
Hay mới vào chiến cuộc hôm qua.
Tất cả vì tương lai đất nước,
Cho dân Ta sống với thái hòa.

*

* *

Người đến như mây ngàn gió núi,
Sống một đời gói trọn tình thân.
Rồi ra đi viết bài kinh sử,
Cho thế trần an hưởng nguồn vui.

Người đứng lên đất trời đổi mới,
Dưới chân tường ngập lớp xâm lăng.
Trong hố thẳm phủ đầy sương khói,
Có hồn chúng sống với rêu phong.

Người đi giữa rừng tên biển lửa,
Đem hào khí sống với quê ta.
Cho màu cờ Việt Nam tươi nở,
Cho đất Việt rạng rỡ tương lai.

Người đến đây từ ngàn năm trước,
Chung bước đường hướng tới vạn sau.
Người soi sáng cho hồn chiến Việt,
Lướt gió mây thẳng tiến ngày mai.

Người đứng lên đất trời rung chuyển,
Đạp cho nát bội nghĩa vong ân.
Triệt cho hết gian thần bán nước,
Phá cho tan lũ giặc biên cương

Ngày ra đi giữa trời lộng gió,
Hay trong đêm sấm chớp ngân vang.
Người kiên tâm chẳng sờn nguy khó,
Dẫu tuyến đầu thịt nát xương tan.

Trong chiến đấu người thay thần thánh,
Lòng coi thường súng đạn hiểm nguy.
Vì đất nước tình chung không đổi,
Vì dân tộc chẳng chuốc vinh hoa.

Gánh trên vai tình nhà nợ nước,
Cười ngạo nghễ bão lửa, rừng sương.
Đạp dưới chân những phường gian trá,
Cho ngày về chiến thắng vinh quang.

*

*   *

Ngày người đi nước nhà nguy biến,
Bước quay về bốn biển hoan ca.
Khắp nẻo đường hòa vang tiếng hát,
Cả nước Nam chung ánh nắng Vàng.

Ngày quê hương đã tàn chinh chiến,
Người quay về với biển, đồng quê.
Bỏ gươm đao vui mùa lúa mới.
Cùng cháu con hướng tới tương lai.

Sáng nắng lên vườn mai khóm trúc,
Đón cảnh chiều vui với nương dâu.
Ở đó là tình đầu muôn thuở,
Ở đó là hoa nở khai xuân.

Người về đây như làn gió mát,
Bước chân đi lướt cánh chim bàng.
Giang đôi tay một lòng dũng cảm.
Rạng đất trời bóng dáng thanh cao.

Ngày ra đi chẳng cầu lưu ký,
Cũng không màng bút sử đề danh.
Kìa rừng sâu, mộ hoang góc núi,
Hay có là gò đá biên cương.

Dòng máu người thấm vào đất mẹ,
Thịt xương này chẳng thể nát tan.
Cùng hòa vào vinh quang tổ quốc,
Để vạn đời là đuốc phương Nam.

Như thần linh khơi nguồn mạch sống.
Người đêm ngày sống với non sông.
Để nơi nao có giòng máu Việt,
Ở nơi đó có tiếng ca vang.

Hôm nay, giữa khói hương nghi ngút,
Ước nguyện đời nhẹ bớt tơ vương.
Đưa người về bến thiêng vĩnh cửu,
Để hồn linh cất bước thênh thang.

Này lời ca giữa ngàn chiến sử.
Tạ ơn người Vì Nước Hiến Thân.
Vạn đời sau đến đàn con cháu,
Khắc danh người giữa tấm bia tên.

*

*   *

Nhập thế trần, lời thề sinh tử,
Đất nước nam, sách sử chẳng mờ.
Mở nước tiền nhân bờ vai nặng,
Giữ nhà hậu thế tận lòng son.

Hồn vì nước, máu hòa sông núi.
Xác gởi quê hương, phủ bóng cờ.
Cổng bắc, thành nam hương khói tỏa.
Đền thờ Tổ Quốc vọng nghìn thu.

07-1995
Bảo Giang

Cuộc cờ

Mai em lớn học bài sử ký,
Cha một đời đi giữ giang sơn.
Cùng dân Việt lên đường vì nước,
Ánh cờ vàng rạng rỡ lưng mây.

*

* *

Chợt một ngày cờ tan, áo rách,
Ta mất nhà, mất cả non cao.
Bởi giặc hồ thờ tàu bán nước,
Đưa giang sơn đến bước suy tàn.

Đem sông núi dâng vào tay giặc,
Rồi trở về gieo rắc chiến tranh.
Cho hai miền nhà tan cửa nát,
Cho cả nước không bát cơm đầy.

Mảnh đất Việt từ đây tan tác,
Thêm chiến loạn, giáo mác tranh công,
Sáng đấu cha, chiều hôm giết mẹ,
Mở đấu trường trên khắp non sông.

Cho máu đỏ thành dòng chảy mãi,
Cho dân Việt chia cắt muôn nơi.
Nhà Việt Nam gặp thời tăm tối.
Cộng sản vào, ta mất quê hương...

*

* *

Nay lửa tàn, người ơi nhìn lại,
Bắc tan tác, nam rách tả tơi.
Tàu mỉm cười, ngồi sơi cỗ lớn,
Hồ dâng mời để chuốc vinh hoa.

Dòng lịch sử vạn ngàn cay đắng,
Phần đồng chí kết đảng tranh ăn.
Cho quê hương ngày càng rách nát,
Dân nước Việt chẳng bát cơm đầy.

Bắc Nam ơi, sao khờ dại thế,
Bỏ quê hương, giết chết tình nhà.
Rồi đua nhau học làm nô lệ,
Để quê mẹ suối lệ không vơi?

02-2012
Bảo Giang

Hương Ngàn

Đường chinh nhân vang vang Tình Nước,
Bước quy về đất mới nở hoa.
Hồn anh linh quyện vào sông núi,
Đất quê hương sống với tình người.

Vạn ngàn sau còn lời nhắn gởi.
Kính dâng người chiến sỹ vì dân.
Đã một đời đem thân vì nước,
Cho đất trời chung bước ca vang.

*

* *

Mai anh về bến thiêng, đất lạ,
Hay anh về với nắng quê hương.
Ở đó là linh đường tổ quốc,
Ở đó là đất nước Tự Do.

Nơi ngàn đời không thay chẳng đổi,
Vẫn vạn đời khắc cốt ghi tâm.
Nhớ ơn Người đem thân vì nước,
Chẳng quản ngại muôn bước nguy nan.

Đường Người đi, vì dân kết ước,
Đưa giang sơn đến bước thanh bình.
Để ngàn đời rạng danh nước Việt,
Cho cháu con bước tiến ngày mai.

*
*   *

Đường anh đi rừng cao gió núi,
Bước chân dài vượt khắp giang sơn.
Kìa hùm beo im hơi lặng tiếng,
Đây lũ chuột, vùi chết trong hang.

Ngày anh về, trời Nam rực sáng.
Từ non cao đến khắp thôn làng,
Hàng cờ cao vọng ngàn tiếng hát,
Triệu con dân đứng sẵn trên đường.

Đợi anh về ca vang chiến thắng,
Đón anh về với nắng quê hương.
Cùng dâng người vòng hoa lưu ký,
Để muôn đời khắc chữ ghi ơn.

Nhớ hôm xưa đường trần gặp biến,
Anh hiên ngang vững bước lên đường.
Đây bước chân của người vì nước,
Đã không ngừng dẫm nát chông gai

Từ rừng hoang đồi cao núi cả,
Đến sông ngòi, muỗi vắt đen chân.
Hay biển rộng, đồng khô nắng cháy,
Chẳng nơi nào thiếu dấu chân anh.

Kìa đồi cao vút lên đồng lúa,
Đến sông dài thành sữa cho dân.
Đường anh đi ngàn năm không đổi,
Bước anh về vạn thế vinh quang.

Mai nắng lên đón chào ngày mới,
Nước non đầy nắng ấm quê hương.
Đường Việt Nam thênh thang vạn bước,
Đất quê mẹ sức sống vươn cao.

Từ làng quê tiến ra thành phố.
Cả nước nam tiếng hát vang vang.
Ngàn năm sau đất này còn dấu,
Đến vạn đời lưu ký tên anh.

Người anh hùng vì dân vì nước,
Người khác biệt với lũ cộng nô.
Chúng một lòng dâng Tàu đất Việt,
Anh một đời lưu ký quê cha.

*

*   *

Mai nắng lên giữa lòng đất mẹ,
Bước anh về đem đến yên vui.
Đường dân đi tương lai rộng mở,
Bước trẻ về trường, lớp, nở hoa.

Này lòng thành của toàn dân Việt,
Kính dâng người vì nước hiến thân.
Tạ ơn người vì dân vì nước,
Tạ ơn Người vững bước giang san.

2015
Bảo Giang

Tâm tình người lính

Ngày anh đi lưng trời lửa đạn,
Đem ước nguyện gởi nhắn tương lai:
Rằng Ta đi cho ngày mai sáng,
Bước ta về với nắng ca vang.

Ở đó là trời Nam quang đãng,
Dân nước Việt sống cảnh thanh bình.
Hoà với trời niềm vui ngày mới,
Chung với đất nhịp bước thênh thang.

*
* *

Em vẫn nhớ ngày anh vào lính,
Ta ngập ngừng ước tính tương lai.
Rằng quê hương, ngày mai trời sáng,
Anh sẽ về trong nắng vinh quang.

Đường *anh đi ngân vang tiếng hát,*
Bước anh về sông núi đề thơ.
Cho muôn lòng mong chờ, hướng tới,
Cùng đất trời, đổi mới tương lai.

Ôi, bước chân trong thời chiến loạn,
Giòng sử Việt từng đoạn còn ghi.
Này dấu chân, vai kề lửa đạn,
Đây bước đường khơi vạn tiếng ca.

Chí làm trai vượt ngàn gian khó,
Đường anh đi sóng gió là chi.
Giữa đồi cao xá gì bão táp,
Chốn rừng già đạp nát chông gai.

Từ rừng sâu, núi đồi, thung lũng,
Đến đỉnh đèo, biển rộng, non cao.
Khoảng đất nào chân anh không tới,
Mảnh trời nào ngăn nổi tiếng ca?

Ngày anh đi lòng đà ký thác,
Bước Ta về hoa nắng là thơ.
Em hân hoan đón chờ ngày mới,
Ta bên nhau đứng với xóm làng.

Tay nắm tay chung lời ca hát,
Cho bóng cờ mãi mãi dâng cao.

*

* *

Mai anh về cánh đào tươi nở,
Bước ta đi đất nước hoan ca.
Đường Việt Nam chan hòa dưới nắng.
Đất quê mẹ chiếu sáng tình người.

Lòng chiến sỹ một đời chẳng đổi,
Chí tang bồng rạng cõi trời nam.
Đường anh đi dẫu ngàn nguy khó,
Bến người về sóng gió lặng yên.

Ta sinh ra, sống vì trời đất,
Bước quay về định quốc an dân.
Lấy máu hồng xây hồn tổ quốc,
Đem thân về gởi với giang san.

Đường quê ta chan hòa nắng mới,
Dân nước Việt sống với an vui.

2010

Bảo Giang

Một chân trời, hai lối đi (1)

Nhà Nam chung bước sử ngàn chương,
Bỗng chốc tang thương xẻ đoạn đường.
Đất bắc khoe liềm, cờ búa đỏ,
Phương nam giữa phố nở hoa vàng.

Bước theo ngọn đuốc thần soi sáng,
Nối chí tiền nhân đứng thẳng hàng.
Người đi hai vai tròn chữ đạo,
Kẻ về một gánh trọn tình thương.

*

*   *

Nhớ hôm xưa đôi bờ chia cắt,
Vận Đất Việt gặp bước nổi trôi.
Người ra đi đứng ngồi lo lắng,
Kẻ ở lại nước mắt rưng rưng.

Mẹ nhìn con, lo tròn đôi mắt,
Con ôm mẹ vỡ nát cõi lòng.
Từ đây nhé đôi đường Nam Bắc,
Một khúc ruột chia cắt đôi nơi.

Người ở lại, chơi vơi cũi cộng,
Bởi giặc hồ phản bội quê hương.
Rước tàu vào khai đường chỉ lối,
Phá đình làng, đạp đổ thần linh.

Vung cán búa, dân tình tan tác,
Thêm móc liềm, nhà nát, cửa tan.
Mảnh quần hồng phất ngang theo gió,
Nhắc cho đời, khốn khó lầm than.

Nhìn lên quan một hàng lơ láo,
Đôi mắt đỏ, giáng họa cho dân.
Kẻ bán nước mặt dày mày dạn,
Đầu mũ cối, súng đạn trên tay.

Sáng nghêng ngang múa bài đấu tố,
Chiều về động, đồng chí tập ca,
Mở bài chèo "nào ta đoàn kết"
Cho dân ta đứng chết trên đồng.

*

*   *

Nơi phương nam nhờ trời nắng mới,
Người về đây vui với tiếng ca.
Chung mở đường ngàn hoa đua nở,
Dựng thôn làng hướng tới tương lai.

Từng bước đi vượt qua gian khó,
Đường miền Nam tiếng hát ngân vang.
Người với người chung tay góp sức,
Lòng hẹn lòng tình nước trào dâng.

Khai đất hoang thành đồng lúa mới,
Phá rừng sâu, đổi mới phố phường.
Chỉ mươi năm đất trời hòa hợp,
Nắng vươn lên trẻ bước đến trường.

Tay đan tay vui đường kinh sử.
Dưới nắng mai hoa nở thành thơ.
Lúc đêm về trăng chờ bên vách,
Người với người tiếp chén, nâng ly.

Cảnh no ấm từ xưa chưa có.
Tạ ơn trời gian khó ra đi.
Đường thanh bình chim quy về tổ,
Mở tương lai lớp lớp chen vai.

Đường ta đi dẫu ngàn gian khó,
Ta bên nhau gắn bó xây đời.
Đây miền Nam một thời no ấm,
Dưới ánh Vàng nắng mãi vươn cao...

*

*   *

Một chân trời hai lối đi (2)

Phần 2. **Theo dòng sử Việt**.

Có ai ngờ một ngày lửa khói,
Giữa lưng trời cánh én đưa tin.
Rằng đất bắc sau mùa đấu tố,
Dân tình ta đói khổ, nghẹn lời.

Hồ lừa bịp lau dòng nước mắt,
Giả như người thương nước yêu dân.
Chiều hôm trước mài dao đấu tố,
Sáng hôm sau giết Việt thờ Tàu.

Rồi sai lầm, "bác" xin nhận lỗi, (nhưng không nhận phạt)
Người trong cuộc đổ tội cho nhau.

*

* *

Sáng hôm nay đầu làng trống thúc,
Từng đội, đoàn vác quốc thi công.
Cảnh đồng xưa không còn như trước,
Vợ bên chồng sớm tối nương dâu.

Vui tay cày, đón mùa chiêm mới,
Sẽ đem về lúa gạo nuôi con.
Mái tranh nghèo vươn lên làn khói,
Mùi lúa mới gói trọn niềm vui.

Quê hương ơi, thương yêu hạnh phúc.
Nhìn đàn con sớm tối vui tươi.
Đời cơ khổ tiếng cười lên tiếng,
Có ai ngờ chinh chiến vừa tan.

Cảnh làng xưa sớm tràn ngấn lệ.
Nắng chưa lên tiếng lệnh đã vang.
Vợ theo chồng vội vàng đội ngũ,
Chờ cán đến đếm số, điểm danh.

Từng đoàn đội, xếp hàng đếm bước,
Ở bên này, vợ cuốc đồng khô.
Phía bên kia chồng cày đất đá,
Gặp thời hồ sỏi đá thêm gai.

Nắng vừa lên, chồng vai đeo ách,
Kéo dàn cày, lũ cán cầm giây.
Mới hôm qua, tá điền khố rách,
Nay ra cán, tiếng thét như loa.

*Tung cán búa "trâu cày" * đứng lại,* "1"
Gõ cái liềm "người kéo" cong lưng. "1,2 dân kéo cày thay trâu).
ời nông phu bây giờ khác trước,
Nghe tiếng kẻng, người cuốc kẻ bừa,

Vểnh đôi tai chờ trưa trống điểm,
Tìm chỗ ngồi trên miếng đất xưa.
Chẳng nói cười, niềm vui đã mất,
Ngước nhìn trời, nước mắt mặn môi.

Kìa phần ăn gói trong nắm lá,
Tất cả là mỹ vị cao sang.
Người may mắn, miếng khoai củ sắn.
Kẻ ngậm đắng, chai nước lót lòng.

Phần cơm canh, phải nhường cho cán!
Phận làm chủ, nghiến chặt hàm răng.
Tiếng kêu nào khi còn có lợi!

*

* *

Rồi chiều về dưới mái nhà tranh.
Nhìn đàn con xanh sao, đói khát,
Tấm áo vá, rách nát tả tơi.
Đứa không quần để lòi cả "bác"!

ến bữa cơm, nước mắt muôn dòng,
Vợ nhìn chồng, cõi lòng tan nát,
Cả một nhà đưa mắt nhìn nhau.
Mẹ với con ngồi quanh mâm cỗ,

Chén cơm độn, trộn lẫn ngô khoai.
Chưa qua vòng, canh rau đã cạn,
Nồi trơ đáy, giọt nước không còn.
Mẹ rồi con, đôi tròng mắt trắng,

Ước hẹn nào, cay đắng lên ngôi.
Ngoảnh nhìn Nam muôn lời nối tiếc...

*

* *

Bỗng một ngày chuyện đời biến đổi,
Khi nghe tin bão nổi trong nam.
Người vì nước thác oan giữa phố,
Kẻ phản bội giết chủ cầu danh.

Ba triệu bạc đua tranh hại nước,
Giúp hồ cộng từng bước nhe nanh.
Chúng đưa người vào nam tranh chiến,
Giúp miền bắc thoát hiểm vỡ bờ. (triệt hồ).

Ngày tiễn con theo dòng nước mắt,
Mẹ nhắn bảo tìm cách thoát ly.
Vào trong ấy, tìm đường mà thoát...
Từ hôm ấy, chồn cáo rời hang, (1963)

Đứa con đi vào đường mưa gió,
Theo đàn hồ, chồn cáo vào hang,
Sống giữa rừng thân tàn ma dại,
Biết bao ngày chẳng một chén cơm.

Bầy chuột đói vào làng kiếm sống.
Vung dáo Mác, trộm cướp thâu đêm.
Cảnh miền nam êm đềm vỡ nát,
Dọc đường dài nước mắt tang thương.

Theo dép râu, bom rơi đạn réo,
Giữa Trường Sơn, dạ héo, xương tàn.
Mậu Thân về, phá làng đốt xóm,
Khắp phương nam lửa cháy từng hàng...

02-02-2020
Bảo Giang

Bước người đi

Nhìn quê hương chìm trong bão lửa,
Bao cảnh nhà máu đổ, xương phơi.
Anh đứng dậy theo lời non nước,
Khoác chiến bào thay áo thư sinh,

Đường lên non đôi vai nặng gánh,
Lúc đêm về gối lạnh, trăng cao.
Hồn người lính khắc vào sông núi.
Một tình quê gian khổ chẳng dời.

*

*   *

Đường anh đi theo lời hẹn ước,
Sáng lưng mây, giặc cuốn đế giày,
Chiều biên ải, hổ tàn dưới gót,
Đêm giữa rừng, chồn cáo im hơi.

Đời người lính sống cho tổ quốc,
Trọn một đời vì nước hiến thân.
Sáng lên non rạng hồn sông núi
Chiều xuống biển ghi khúc tâm ca.

Đường anh đi quyện vào gió núi,
Cho non sông sống với nắng vàng,
Cho muôn lòng từ đây lớn dậy,
Cùng ca vang khúc nhạc quê hương.

*

*   *

Anh ra đi vì tình non nước
Bước anh về đất nước nở hoa.
Đường anh đi chông gai hiểm trở,
Anh ngại gì mũi đạn lằn tên.

Kìa quê ta ngày mai đổi mới,
Khắp thôn làng rạng rỡ én bay.
Rồi Người về sau ngày quyết chiến,
Đất nước nam chung tiếng hoan ca.

Nắng vươn lên, vườn mai thêm cánh
Đón anh về trong tiếng ca vang.
Việt Nam ơi ngày mai nắng mới,
Bao hân hoan vọng tới biên cương.

Đường làng ta thênh thang rộng mở,
Muôn lớp người bước tới đan tay.
Này cánh hoa mới vừa hé nở,
Em dâng người khai mở tương lai.

Đây tiếng cười vang vang trời đất.
Non nước Việt bước tới yên vui.
Đường ta đi tiếng ca rộn rã,
Bước anh về đất, đá nở hoa.

*
* *

Việt Nam ơi đây ngày hội lớn,
Khắp đất trời chung một tiếng ca.
Nào về đây đan tay ta hát,
Cho muôn lòng kết lại bên nhau.

Nghìn thu trước đuốc thần dẫn lối,
Vạn thế sau nắng mới soi đường.
Người chiến sỹ, một lòng vì nước,
Cho đất mẹ nhịp bước thênh thang.

Đường anh đi người sau tiếp nối,
Khúc ca vang vọng tới cuối trời.
Đường hùng binh xa khơi vạn dặm,
Bước anh về sống tại lòng dân.

20-07-2012
Bảo Giang

Đôi bến (2)

Em đứng một mình trên bến vắng,
Chống thuyền đợi khách trẩy qua sông.
Nắng chưa lên khách hàng không đến,
Xế bóng chiều thuyền vẫn lặng yên.

Kìa trống làng sen khua gõ mãi,
Rước đầu lâu hay đón đĩ về,
Cờ sao nhập hội thi nhau múa,
Khố đỏ phen này chắc lập công.

*

* *

Rồi từ đó đôi bờ chia cắt,
Đường phương bắc cỏ mác mọc lên.
Gió lạnh giữa mùa, đua nhau thổi,
Vợ nhìn chồng, đôi bóng lạnh căm.

Nơi bến vắng thuyền xưa mất dấu,
Còn lại đây bến bãi không người,
Hỏi tìm đâu những ngày tươi mới.
Cho cuộc đời thoát nỗi tang thương.

Rồi ai khóc, tiếc ngày xưa đó?
Bởi người đi, chẳng trở về làng.
Nơi phía Nam cờ Vàng nắng mới,
Có cơm canh có chén rượu mời.

Có tự do, có đời sống mới,
Có thanh bình, có cả tương lai,
Cho từng người vui trong tiếng hát,
Cho trẻ thơ sách bút đến trường.

Đây bài ca, ngân vang tình nước,
Em bước đi mộng ước trên vai.
Cùng muôn người bước vào nắng mới,
Nay học tập mai lớn giúp đời.

*

* *

Phần đất bắc đủ mùi tang chế,
Ngập một trời với những tang thương,
Này làng quê, dọc đường nhuốm máu,
Kia sân đình, bác đảng tranh công.

Sáng đấu cha, chiều hôm tố mẹ.
Hồ viết bài cho lũ trẻ thơ.
Học theo gương của loài phản phúc,
Tay cờ đỏ, tay chỉ mặt cha:

"Mày có biết tao là ai không?" (1)
Người cha già tang thương, nghẹn đắng,
Đầu cúi xuống, nước mắt tuôn rơi:
"Bẩm… con là người đẻ ra bà!" (1,2) (chứng từ của một Giám Mục)

Nghe tiếng ca, Hồ cười rạng rỡ.

07-2012
Bảo Giang

Trống vọng

Cứ mỗi năm vào mùa tháng hạ,
Ta lại nhớ cảnh lá vàng rơi.
Đây bao người chơi vơi dòng lệ,
Kia muôn nhà gánh lấy thương đau.

Bởi từ khi vườn dâu lá úa,
Khắp thôn làng từ bắc đến nam,
Chung một tròng, buộc vào cối đá,
Đời chẳng ước cũng gặp bể dâu.

Người đón nắng, hoa vàng chẳng nở,
Dân đứng dậy, chẳng thấy tự do.
Đường bắc nam trải ngàn cay đắng,
Dân nước Việt tay trắng, nghẹn lời.

*

* *

Nhớ hôm xưa trong thời chiến loạn,
Mẹ từ sáng bước vội ra sân.
Đến xế chiều mắt còn ngóng đợi,
Gởi hồn vào trong cõi xa xăm.

Nghe tiếng gọi qua ngàn khe lá,
Gợi nhớ về đạn pháo bom rơi.
Mong quê hương qua thời khốn khổ,
Có ai ngờ ảo mộng về đây,

Cho ước nguyện mờ theo hơi khói,
Cho tháng ngày đội gió, theo mây.
Bởi con đi với ngàn mộng ước,
Theo dấu chân người trước chẳng về.

Hồn chinh chiến tạc đề trên đá,
Gởi cho đời nguyện ước yêu thương.
Rằng tổ quốc trên đường hoa nở,
Đường chinh nhân rạng rỡ màu cờ...

*

* *

Ngày con đi giữa mùa gió lộng,
Cảnh quê nhà khốn khó tang thương.
Trời tháng tám vào thu buồn quá,
Mảnh đất nghèo gặp gió heo may.

Nhà vào ra chẳng cần cửa khóa,
Mặc gió lùa thổi rát đêm thâu.
Mẹ hao gầy ngồi bên áo vá,
Trên bếp đèn chỉ có canh rau.

Mẹ chẳng màng, đôi câu than trách,
Vẫn chờ đợi, đón nắng ngày mai.
Đường quê ta tương lai sẽ mở,
Đón con về gắn bó yêu thương.

Cùng chim ca trên đường mỗi sáng,
Theo bóng cờ vui với ngàn mây.
Cho ta về đường quê nắng ấm.
Đưa ta vào khúc hát Tự Do.

*

*   *

Có ai ngờ sau ngày chinh chiến,
Mẹ vẫn chờ mà chẳng thấy con.
Mỗi ngày qua tiếng lòng khô héo,
Đến một ngày nghe báo tin vui.

Dàn trống làng thi đua gào thét,
Gọi nhà nhà đến nhận tin sang.
Cờ phương bắc reo vang chiến thắng,
Dân bến nam nghẹn đắng giữa đường.

Rồi từ đây hai miền, một xích,
Đất nước này đã hết chiến tranh.
Đường nam bắc lằn ranh đã hết,
Đường hy vọng cũng chết từ đây.

Bởi phương nam cờ sao khắp lối,
Đất hướng bắc mất lối quay về.
Chung một tròng theo hề ca múa,
Bóng cờ đỏ phe phẩy trong mưa.

Mẹ nghe xong ngã nhào xuống đất.
Tiếng khóc nào tan vỡ trong mây?

02-2020
Bảo Giang

Ta về (1)

Mai nắng lên theo ngàn tiếng hát,
Ta bên nhau vững bước trên đường.
Em hát vang cho đời đổi mới,
Ta đan tay, bước với tương lai.

Người bên người giữa trời nắng ấm,
Cùng quy về ngày tháng yên vui.
Ta ôm lấy hồn thơ hoa nở,
Mở vòng tay đổi mới cho đời.

*

*   *

Mai ta về nắng vàng rực rỡ,
Ta đan tay như thuở còn thơ.
Anh bên em vui mùa lúa mới,
Mừng quê hương bước tới Tự Do

Anh không là cường hào ác bá,
Em sẽ là tiếng hát quê ta.
Cùng đem về tương lai yêu dấu,
Mở con đường rộng bến thênh thang.

Mai ta về với làn gió mới,
Đất nước Nam sống với tự hào.
Đường quê ta vui ngàn gánh lúa.
Dân nước Việt sống với an vui.

Từ cao nguyên hay nơi đồng ruộng,
Ta đan tay xây dựng quê ta.
Để ngàn sau tên em tên nước,
Chung bài ca hát với quê hương.

Để vạn thu nắng vàng bừng sáng,
Cho người người tiến bước khang an.
Đường phương Bắc chân trời rộng mở,
Đất hướng Nam hoa nở thênh thang.

Đường ta đi không còn lá đỏ,
Ta bên nhau hơi thở tuôn trào.
Vòng tay ấy chen vào hơi ấm,
Gió tan đi lạnh giá hôm nao.

Đường ta đi với làn nắng mới,
Mừng quê hương bước tới tương lai.
Đường Việt Nam cờ bay trong gió,
Dân nước nam sống với tình người.

Đường ta đi không còn giông bão,
Ta không nghe gió lạnh rừng tên.
Người bên người chung làn hơi thở,
Ta bước đi nắng mở trên cao.

Đây quê hương vươn tràn dấu ái,
Nhìn lên trời chỉ thấy trăng sao.
Cho lòng người vun trào hạnh phúc,
Xóa tan đi ráng đỏ yêu tinh.

*

*   *

Mai ta về với trời nắng mới,
Ta về đây sống với quê ta.
Việt Nam ơi chung tay đứng dậy,
Ta đứng dậy xây dựng tương lai.

Đường Việt Nam bước vào ngày mới,
Đây muôn dân sống với tình người.
Đường quê ta vang ngàn tiếng hát,
Đất nước Nam vui ánh nắng vàng.

05-2020
Bảo Giang

Tiếng thời gian

Mới đó mà nay đã bảy ba,
Nhờ trời, ơn đất mắt chưa lòa.
Hàm răng trên dưới còn đầy đủ,
Chỉ cách quê hương cách biệt nhà.

Nhớ lại, lên hai rời đất bắc,
Ba mươi, đất khách lại càng xa.
Đường đi muôn bước cứ dài mãi,
Chẳng biết khi nào về đến nhà.

Tết 2025
Bảo Giang

Lỡ vận

Mảnh đất quê tôi lỡ phận rồi,
Miền nam xơ xác cảnh dân trôi.
Xuân kia vẫn đến hoa không nở,
Nắng hạ không lời nước mắt rơi.

Từ ấy thu sang lời tiễn biệt,
Đông về lại gánh cảnh chia phôi.
Vườn nam cỏ mọc không người sới.
Đất bắc tang thương những ngậm ngùi.

05-2000
Bảo Giang

Rừng xưa

Xa quê, ta nhớ cánh rừng xưa,
Hết ngóng nắng chiều, lại đợi mưa .
Mới biết trần gian là cõi mộng,
Người chờ kẻ đợi tiếng thoi đưa.

Giữa trời oanh yến sao mà vắng,
Cuối phố còn đây chén rượu thừa.
Chẳng cánh hoa vàng trong nắng mới,
Lòng người hoá dại nhớ xuân xưa.

02-2000
Bảo Giang

Gió chiều

Gío lặng đường chiều buổi cuối thu,
Vời trông cố quốc dưới sương mù.
Đường quê lấm tấm hạt mưa nhỏ,
Khắp phố tang thương những bụi mờ.

Thêm cảnh thằng hề treo cuối phố,
Cho người nước Việt dạ bơ vơ.
Ngày xưa yêu dấu không còn nữa,
Chỉ thấy quanh đây dấu lệ mờ.

05-2001
Bảo Giang

Thẫn thờ

Một mình thơ thẫn dưới trăng mơ,
Đất bắc, trời nam cảnh hững hờ.
Tiếng trống năm xưa giờ tĩnh mịch,
Kèn loa đôi tiếng dưới trăng mờ.

Bài ca tử sỹ hồn ai oán,
Gió thoảng giữa trời vọng tiếng tơ.
Gởi lại đôi lời cho nước Việt,
Ngàn sau tiếng gọi chớ trong mơ.

1998
Bảo Giang

Nhớ Mậu Thân

Theo lệ đông tàn, xuân sẽ sang,
Miền nam bánh, kẹo, bước thênh thang.
Cành đào vừa nở đôi ba cạnh,
Đạn pháo tung vào cát bụi văng.

Mừng tết dân nam ăn pháo mới,
Phen này cả nước ngập màu tang.
Vạn dân xứ Huế vui mừng nhá,
Mã tấu Hồ phang rất gọn gàng.

1998
Bảo Giang

Đón tết

Mới đó mà nay tiết lập đông,
Nhà nhà nô nức đón xuân hồng.
Vườn rau luống cải tươi như mộng,
Áo mới lụa là khách đứng trông.

Đường phố thênh thang bao khách lạ,
Vui theo chợ tết lắm quần hồng.
Trẻ già trai gái vui ngày hội,
Việt cộng pháo tràn chết chổng mông. (1968)

1999
Bảo Giang

Sử lược

Nhà Nam sử lược viết ngàn chương,
Trong đó còn ghi những đoạn đường.
Bắc tiến Ngô Vương ngời chiến sử,
Giữ nhà báo quốc rạng Trưng Vương.

Đời Trần tướng sỹ soi hồn nước,
Nối bước Quang Trung mở rộng đường
Đoạn kết ngày nay vương nỗi nhục,
Nam Bắc cơ hồ rặt ễnh ương.

2001
Bảo Giang

Bài ca đau thương

Tôi viết bài ca về non nước,
Việt Nam ơi, những thước gấm Vàng.
Đã nghìn đời danh vang bốn bể,
Từ Hùng Vương cho đến hôm nay.

Đường Việt Nam chung tay vun đắp.
Một mái nhà từ bắc đến nam.
Một tấm lòng bền gan chung sức,
Bắc diệt cường địch, Nam triệt Tây.

Trải nghìn năm, vượt ngàn sóng lớn,
Đất nước Nam rạng chốn trời đông.
Nay lỡ vận đôi bàn tay trắng,
Bắc với Nam cay đắng đôi đường.

*

*   *

*Nhớ khi xưa, "Thiên cơ lưu ký" (*Lý thường Kiệt*)*
Đã phân định, sử ký Bắc, Nam.
Để ngày sau, Bình Ngô Đại Cáo,
Thêm một lần, sử sách đề danh.

Rồi một ngày Lê Dương cập bến,
Cờ đại Pháp, thuyền chiến nghênh ngang.
Hịch Hàm Nghi truyền vang bốn bể,
Đất phương nam già trẻ lên đường.

Rừng phía bắc hùm vương Yên Thế,
Nơi bến nam Rạch Gía, Tân An.
Rồi Bãi Sậy, Ba Đình, Yên Bái,
Đến Thái Nguyên, Hùng Lĩnh, Hương Khê.

Cờ Đại Nghĩa quy về một hướng,
Đường ta đi như nước triều dâng.
Dưới màu cờ ánh Vàng dẫn lối,
Triệu bàn chân bước tới hiên ngang.

*
* *

Chợt một ngày cộng nương theo gió,
Tay giáo mác, nhập cuộc đao binh.
Theo dân nam, như hình với bóng,
Ra biên cương, ngọn sóng dâng tràn.

Đây bài ca, sơn hà nguy biến,
Rợp trời Nam bước tiến hiên ngang.
Giặc Pháp tàn, hòa bình hé mở,
Hồ trở mặt, mã tấu trên tay,

Đêm giết mướn, ngày gây tội ác,
Nhà Việt Nam, chia cắt hai nơi.
Kìa sông Gianh đôi bờ cách biệt,
Nước hai dòng, quốc cộng phân tranh.

Người ra đi, vào Nam nắng ấm,
Kẻ ở lại, gối lạnh đắng cay.

*

* *

Nơi đất bắc, cờ sao nhuộm máu,
Đường vào làng, Hồ nắm cán dao.
Hô khẩu hiệu khai đao đấu tố.
Bố mẹ già, ngã đổ trên nương.

Máu trên đồng chảy vươn ra bể,
Không một làng, một phố yên vui.
Sáng đưa cha, chiều về tiễn mẹ.
Cảnh muôn nhà, chia xẻ khăn tang.

Hình ảnh này, ngàn xưa chưa có,
Nay gặp thời, hồ cáo lên ngôi.
Đầu đường, bác đảng hò chiến thắng,
Cuối xóm, dân đen đắng nghẹn lời.

*

*   *

Sử còn đây, sau mùa đấu tố,
Cảnh muôn nhà, chẳng có miếng ăn.
Mới sáng ra, cha con chồng vợ,
Học thi đua, vác rổ lên nương.

Mặt trời lên, xếp hàng đong đếm.
Bác đảng mừng, chấm điểm ghi công.
Cho nhân dân thi đua vồ cứt, (làm phân).
Phần cán bộ, lục súc tranh công.

Sáng đến chiều, sử ghi trộm cướp,
Cho muôn làng đói khổ điêu linh.
Đời em cán, mang tên hộ lý,
Hồ gõ trống, đồng chí ra tay.

*

* *

Phía bên kia, trời Nam êm ấm,
Cánh đồng xanh, uốn thảm lúa vàng.
Trẻ hiền ngoan vui đời sống mới,
Sáng đến trường, chiều hát trên nương.

Từ ngàn xưa, đây trang sách mới,
Văn hóa Việt tràn tới muôn nơi.
Xóa tan đi một thời tăm tối,
Để toàn dân hướng tới tương lai.

Cho đất trời chen vai chung nhịp,
Cho dân Việt nối lại cầu xưa.

*

* *

Phận đất bắc, sau mùa đấu tố,
Dân đói khổ, hồ mở đao binh.
Kéo pháo tàu, vào nam gây rối,
Nhận đạn Nga, sớm tối vung tay,

Mở lối mòn, cuồng say chinh chiến.
Sáng phát loa như đĩ già mồm,
Chiều ăn bom, vào hòm theo Mac.
Để hận thù từ bắc đến nam.

Quê hương ta, ly tan, chia cắt,
Nhà Việt Nam vội tắt tiếng cười.
*Dân đất Bắc mười người mất một * (3)* (1,7 triệu / 17 triệu dân)
Đất miền nam thui chột mất mùa.

Đạn bom rơi, người vào cõi chết,
Hai mươi năm nước mắt nghẹn ngào.
Nơi phương bắc, máu đào thấm đất,
Cảnh Trường Sơn, xác lấp nửa vời...

*

*   *

Rồi miền nam buông lơi cung nỏ.
Cha vào tù, con đỏ bơ vơ.
Trường học cũ giờ là lao ngục,
Trẻ bước vào học chữ lừa dân.

Việt Nam ơi, ngày tàn đã đến,
Lũ Tàu Hồ, vùi giết dân ta.
Người nước Nam sống làm nô lệ,
Ngậm một đời với những đắng cay.

Cuộc đời này như là đã hết,
Hỏi anh, hỏi chị hỏi em nha,
Ta đứng dậy hay là qùy gối?

Ghi chú *(1), (2) Tôi bỏ đảng (CSVN), Hoàng hữu Quýnh.

*(3) Death by Government. Rudolph j. Rummel. Giáo sư chính trị học Đại Học yale.

01-2005

Bảo Giang

Tình thơ

Ngày xưa em tôi sách đến trường.
Làn tóc thơ ngây chưa biết buồn,
Từng chiều em đếm là me bay,
Để lòng gặp gỡ giấc mơ hoa.
Màu xanh ghép vào muôn trang sách,
Kỷ niệm xinh xinh.

Rồi khi ba mươi giặc kéo về.
Màu mắt em tôi đã vướng sầu,
Bạn bè xa cách đứa đôi nơi,
Tình đời đổ nát giấc mơ hoa.
Trường yêu thôi gĩa từ,
Còn đâu nữa thời ấu thơ.

Ra đi, gạt giòng nước mắt ra đi.
Đường thơ mộng đó bây giờ gởi lại cho ai?
Còn đây năm tháng với những vơi đầy,
Tìm đâu cho thấy những ngày thơ ấu?
Người ơi, xin ghi vào từng trang giấy,
những kỷ niệm thương đau.

Chiều nay bơ vơ trên xứ người,
Lặng đứng trông mây về cuối trời.
Ngày ngày em đếm tháng năm qua.
Mà lòng lại thấy những xót xa,
Đường quê nhạt nhòa theo năm tháng.
Biết Bao giờ cho nguôi.

Ngày mai, ai đi về đất Việt,
Chuyển đến quê tôi ngàn tiếng cười.
Gởi người năm tháng những thương yêu,
Đừng sầu, đừng trách hãy hiên ngang,
Thuyền xưa sẽ về nơi bến cũ,
Nước Việt với ngàn mến yêu.

Ngày mai ai đi về đất Việt,
Hãy đứng hiên ngang cùng đất trời.
Đừng buồn đừng khóc tháng năm qua,
Hãy cười để nhớ những thương yêu,
Bàn tay chuyển dời theo năm tháng,
Đất trời là chứng nhân.

2001

Bảo Giang

Tình người phương Nam

Ta đứng giữa trời trong gió lộng,
Nghe tiếng gọi vọng giữa lưng mây.
Rằng lên đường hỡi chàng trai Việt,
Đất nước này chỉ biết nhờ anh.

Kìa biên cương giặc ngoài lấn chiếm,
Ngày qua ngày như kiến đào hang.
Nay viên đá rơi vào tay giặc,
Rồi ngày mai cọc mốc hao mòn,

Chúng kéo giây chờ ngày gẫy đổ.
Trong đêm tối đưa đẩy về Nam.

*

*   *

Việt Nam ơi,
Nay quê ta gặp thời nguy khó,
Đất phương bắc sớm tối chẳng yên.
Bọn giặc ngoại ngày đêm rúc rỉa,
Chúng hội hè chém giết nhân dân.

Cuộc khởi đầu mài dao đấu tố,
Hơn trăm ngàn người đã tan thây.
Nhìn cảnh trường thịt rơi máu đổ,
Biết bao người phải bỏ nhà hoang.

Dẫn con vào miền nam lánh nạn.
Chiều năm tư, nước mắt rưng rưng,
Từ nửa đêm gĩa từ thôn xóm,
Gánh đàn con rời bỏ quê cha,

Ôi chia ly nghẹn ngào cay đắng.
Đất quê xưa trống vắng cõi bờ.
Đường biên cương, phai mờ dấu vết,
Tàu gặp thời đưa đẩy về nam.

*
* *

Ngày nam bắc ngấn lệ chưa vơi.
Lại tin về chơi vơi ngoài biển,
Giặc bắc phương dâng hiến cho Tàu.
Kìa Hoàng Sa, Trường Sa đã mất,

Đến đất liền Bản Giốc ra đi!
Người phương nam lòng vì xã tắc,
Quyết lên đường vì nước hiến thân.
Từng đoàn trai hiên ngang tiến bước,

Đã lên đường theo bước tiền nhân.
Lời thề vang vượt ngàn giới tuyến,
Mong quê hương đất nước an bình.

*

* *

Đây phương Nam với làn nắng mới,
Đất quê hương sưởi ấm lòng người.
Nhà Việt Nam muôn đời hùng vỹ,
Từng đoàn trai đi viết sử sanh.

Đường anh đi rạng danh đất nước,
Bước quay về như đuốc trong gương,
Anh hiên ngang sống cùng sông núi,
Đưa đất Việt bước tới tương lai.

Này ước nguyện ngàn xưa không đổi.
Đất phương nam giữ trọn lời nguyền.
Phận làm trai phải vì nghiệp nước,
Mảnh tình nhà, mộng ước đề thơ.

Người lưu ký từng chương chiến sử,
Cho ngày về hoa nở muôn phương.
Đường phương Nam chan hòa nắng mới.
Đất quê hương sống với tình người.

Kìa người đi một đời vì nước,
Mộng thanh bình sông núi là thơ.

10-2022
Bảo Giang

Người xưa đâu?

Kính dâng anh hồn Tử Sỹ Việt Nam Cộng Hòa.

Trăng cao một bóng mờ nhân ảnh,
Dưới nấm mộ sâu xương cốt tàn!
Cảnh cũ còn đây cơn gió thổi.
Hoa Vàng năm trước ở nơi nao?

Người xưa đâu,
hỡi người xưa đâu?
Gió chiều ru nhẹ bên thôn vắng.
Nhắn gọi ta về với tích xưa.

Nơi đây còn dấu cơn binh lửa,
Chẳng thấy kèn loa với đế giày.
Hỏi gió đong đưa trên cánh lá,
Tìm đâu cho thấy Vọng Nguyệt Đài?

*

*   *

Người xưa đâu,
Hỡi Người xưa đâu?
Nhìn lên chỉ thấy màu mây xám,
Cúi xuống ta nghe dấu lệ đầy.

Quanh đây nào thấy người năm cũ,
Chẳng có dáng xưa, mũ áo mầu.
Vòng hoa năm trước về đâu thế,
Để cánh lá rơi, chén rượu sầu.

Bến xưa mảnh gỗ, cầu hoang phế.
Đôi túp lều tranh chợ đã tàn.
Người đi, đi mãi cùng trời đất,
Kẻ về, về mãi với đau thương.

Kìa ngọn gió hè vương lá rụng,
Tìm đâu cho thấy những cảnh xưa.
Lịch cũ đã mờ theo năm tháng,
Đất mới tang thương với rợ hồ.

Mới biết ngày đi không trở lại,
Còn đây tiếng vọng giữa hư vô!

*

*   *

Người xưa đâu,
Hỡi Người xưa đâu?
Áo trận hôm nào bên tay súng,
Tổ quốc thân yêu rạng bóng cờ.

Từng bước anh đi, vang dội đất.
Cộng tàn, hồ chết, sản tiêu vong.
Làng trên xóm dưới chung câu hát.
Phố cũ, đường xưa rạng tiếng cười.

Nhìn lên ánh Vàng tươi trong gió,
Cúi xuống nương dâu trải một màu.
Quê hương chung sức cho ngày mới,
Mở đường lịch sử tới vinh quang.

Người người ước nguyện thanh bình đến,
Bẽ bàng lịch sử rẽ sang trang.

*

* *

Từ đấy, nhà nhà niêm hàng chữ:* *(30-4-1975)
Hoa Vàng héo úa để xuân đi,
Hồ về lá đỏ vung liềm búa,
Nhà kia lệ đỏ chảy trên hè.

Khởi đầu dăm chữ tàu loang lỗ,
Phá cầu, cướp đất, giết lương dân.
Mã tấu khoe tài, nghề đấu tố,
Dép râu khởi nghiệp với cờ sao.

Trước sân máu chảy theo cán búa,
Vườn sau mẹ chết bởi lưỡi cày.
Giang san tủi hờn cây lá đỏ.
Đất nước đổi màu khổ muôn dân.

Từ đó, trăng tàn bên lũy vắng,
Gió nào vui hẹn cảnh nhà tan?
Người đi nước mất thành lệ đổ,
Kẻ về dáo mác đỏ quê hương.

Chùa xưa tiếng mõ ngàn ai oán,
Vọng tiếng chuông buồn giữa lầu cao.
Người đi đi mãi vào thiên cổ.
Để mảnh sơn hà vọng tiếng than...

*

* *

Than rằng:
Cộng về chồn cáo thi nhau rống,
Thêm đôi dép lốp hiệu hoa kiều.
Lũ trẻ kinh hoàng, tan vỡ mật,
Người già chờ chết giữa đêm thâu.

Ngàn sau còn mãi câu kinh sử,
Nước mất, dân tàn cuối tháng tư.
Quê hương mờ khuất từ Ất Mão.
Núi sông thoi thóp bởi cờ hồng,

Ngàn dân trắng mắt, hờn "giải phóng"!
Khúc hát năm xưa cũng đổi lời.
Ghi dấu Cộng về là vĩnh biệt,
Chúng triệt quê hương, diệt tình đời...

*

* *

Chiều nay thấp thoáng bên song cửa,
Nén nhang hương lửa nhớ người xưa.
Nước mắt hai hàng lên tiếng gọi,
Người xưa đâu, hỡi đuốc thiêng đâu?

Nhạc chiêu sinh khấn hồn tử sỹ.
Khúc quân ca réo gọi chiến bào!
Người đi đi mãi không về nữa,
Để hồn Việt Nam giữa lưng trời.

Nếu mai đất nước rời tên Việt,
Hỏi dấu Tiên Long biết chuyển dời?
Vạn thế về đâu bài phúng tế.
Cháu con muôn thuở nhớ ơn Người.

Mùa tưởng niệm 30-04-1995
Bảo Giang

Gởi tuổi trẻ Việt Nam

Nắng vươn lên ngàn hoa đã nở,
Đón xuân về nàng én đưa tin.
Vạn vật, đất trời đều thay đổi,
Có lẽ nào ta mãi ngủ yên?

Kìa Việt Nam chìm trong tăm tối,
Nước đã mất nhà phố đã tan!
Người dân Nam, vỡ đàn tan tác,
Anh lẽ nào ngoảnh mặt quay lưng?

Bỏ giống nòi, bỏ dòng lịch sử,
Bỏ cơ nghiệp, bỏ cả cha ông,
Để vui theo đóm hồng phản quốc,
Bước theo tàu bán nước cầu vinh?

*

* *

Này lịch sử của dòng dõi Việt,
Xưa Trưng, Triệu, rồi đến Ngô Vương.
Người khởi nghiệp, dẫn đường khai quốc,
Cho phương nam mở hội trùng hưng,

Rồi Hưng Đạo lên đường vì nước,
Triệt xâm lăng mở bước quang vinh.
Ngàn vạn dân chung lòng vì nước
Đưa giang sơn đến bước thanh bình.

Đến Lê lợi trước ngàn gian khó,
Vẫn đan tay gắn bó vì đời.
Nơi rừng già một thời lao khổ,
Sử sách còn chẳng hổ thiên thu.

Kìa một lần gặp quân bán nước,
Người Việt Nam theo bước Quang Trung.
Ngoài biên, người đi trong khúc hát,
Về thành, dân tiến bước thênh thang.

*

* *

Tôi với anh nay đứng giữa trời,
Ta sinh ra chung dòng máu Việt,
Đã lớn lên trong nghĩa đồng bào.
Ta bước theo hoa Vàng rực rỡ,

Có ai ngờ váy Đỏ lừa dân.
Để từ đó thôn làng đổ nát (9-1945).
Con cháu Việt khổ rách áo ôm.
Sống bên nhau trong lồng dã cộng.

Hổ một thời tổ phụ ra công.
Bởi trên cao là cờ Phúc kiến,
Phục dưới chân, bác đảng đứng hầu.
Người Việt Nam tìm đâu lẽ sống?

Mẹ trông chờ một cảnh yên vui,
Phố chợ kia cộng ghì mã tấu,
Cha mong được một giấc ngủ yên,
Giữa đêm khuya hồ lang tặng búa.

Anh ôm em nước mắt hai hàng,
Chị lao ra bàng hoàng, nức nở,
Đau thương này ai gởi cho ai?
Người Việt Nam còn gì để sống...

*

* *

Dậy đi anh, đứng dậy đi em,
Ta sinh ra từ dòng dõi Việt,
Anh lớn lên từ những khổ đau.
Tôi chan cơm với ngàn nước mắt,

Ta xa nhau, chia cách đôi đường.
Ta lạc nhau vì thằng cộng sản,
Ta chung nhau dòng máu Lạc Hồng.
Hãy đứng lên một lòng vì nước,

Cùng về đây tay nắm lấy tay.
Ta chia nhau một làn hơi thở,
Ta bên nhau chung mở tương lai.
Cho dân ta có ngày tươi mới,

Cho nước Nam bước tới đan tay.
Trọn đường dài từ nam ra bắc,
Người bên người tay nắm lấy tay,

*
* *

Ta giơ cao ngọn cờ Độc Lập,
Ta hát vang khúc hát Tự Do.
Ta đi lên mở đường Công Lý
Đất nước Việt bước tới vinh quang.

Ta chung tay trên đồng lúa mới,
Cho nương dâu hoa nở hai mùa.
Anh chen vai trên đường lịch sử,
Em chung sức xây dựng ngày mai.

Ta đem về tương lai cho nước,
Ta bên nhau sánh bước trên đường.
Nào đứng lên, hỡi người bạn nhỏ,
Ta đứng lên về với quê hương.

Đó chính là tình thương của mẹ,
Ta đứng lên bảo vệ non sông.
Đem giang sơn quy về một hướng.
Đó là ngày báo hiếu công cha.

Hỡi em, người em thơ vì nước,
Nào về đây ta bước bên nhau.

*

*   *

Ta bên nhau lướt tràn nguy khó,
Ta đan tay xóa bỏ hận thù.
Cho dân ta có ngày tươi mới,
Đất nước Việt hướng tới tương lai.

Lấy tình thương xây cầu Bến Hải,
Đem nhân nghĩa về với muôn phương.
Đường ta đi hướng về tổ quốc,
Bước dân về nhịp thở thênh thang,

Người tuổi trẻ Việt Nam vì nước,
Anh bước đi như đuốc soi đời.
Đường ta đi đội trời đạp đất,
Hướng ta về đất nước Tự Do.

Việt Nam ơi, đây ngày đổi mới,
Ta đan tay hướng tới ngày mai.
Đường quê ta ngàn năm chung lối,
Bước ta về non nước yên vui.

10-2011
Bảo Giang

Bài thương ca 50 năm

30/4/1975 – 30/4/2025

Việt Nam ơi, năm mươi năm rồi,
Bắc Nam ơi, ta ngồi chi đây?
Năm mươi năm đường mây cách trở,
Năm mươi năm người trở về không?

*
*   *

1. Bến xưa

Nhớ hôm xưa khi mùa Xuân tới,
Bên nồi bánh mẹ gọi đàn con,
Cùng thức dậy đón chào năm mới.
Nét hân hoan rạng rỡ muôn nhà.

Này áo mới đón chào xuân đến,
Đây tiếng cười trìu mến bên hoa.
Em vui tươi, dưới làn nắng mới,
Con hát vang, vui múa nhận qùa.

Kìa đoàn người nắm tay chung bước,
Trong tiếng ca, vang lở đất trời.
Mẹ nâng ly đón mời xuân tới,
Con hân hoan áo mới trên tay.

Rồi chiến tranh sẽ là dĩ vãng.
Hai mươi năm nước mắt đã qua.
Nay Xuân về như hoa hẹn ước,
Trong hân hoan đất nước thanh bình.

*

* *

Có ai ngờ ngày đi mau quá,
Nắng chưa về xuân đã đi qua.
Kìa mẹ già vào ra thơ thẩn,
Đây nàng dâu thao thức đêm dài.

Mong nắng lên cho ngày mới đến,
Người sẽ về trên bến năm xưa.
Làng quê ta không mưa đạn pháo,
Nơi chiến trường tiếng hát vang vang.

Nhớ hôm nào nắng mùa xuân đến,
Vợ bên chồng đôi bóng đan tay.
Nàng ước rằng chiến tranh sẽ hết,
Anh trở về với tiếng ca vang.

Đường quê ta mai ngày nắng dậy,
Người bên người tay nắm lấy tay.
Từ làng thôn tiến ra thành phố,
Chẳng nơi nào tiếng pháo không vang.

Kìa đình làng rộn ràng chiêng trống,
Đây sân chùa nhịp kẻng ngân vang.
Mùa xuân ơi chiến tranh đã hết,
Người bên người cất tiếng hoan ca.

Ngày mai ơi hương tràn, gió mát,
Ta đan tay đón ánh trăng thanh.
Rồi nắng lên hoà bình sẽ đến,
Cho muôn người cặp bến thương yêu...

*

* *

Nay nắng lên, chị ra đầu ngõ,
Đôi con mắt lạc giữa vòng trời.
Người nhìn người chơi vơi dấu lệ.
Chàng bước về quần áo tả tơi.

Người gặp người rưng rơi nước mắt,
Chén cơm chiều, ruột thắt cơn đau.
Ngoài trời kia nắng sầu lên núi,
Cho đêm về ngõ tối tang thương.

Khi giọt nước còn vương trên má,
Gói hành trang lại đã lên vai.
Bởi lệnh ra, anh vào nhà đá. (cải tạo)
Mẹ lo ngày, chị khóc trắng đêm.

Trời đất lặng, ngàn mây im tiếng,
Mà tháng ngày vẫn tiễn nhau đi.
Nắng chưa lên, chiều về đỉnh núi,
Người nhìn người cho tủi non lam.

Hai mươi năm lửa gào chinh chiến,
Người chờ người trong tiếng âu lo.
Nay hòa bình, cộng nô tìm đến,
Anh vào tù, nước mất, nhà tan!

Rồi ngày qua, năm tàn tháng hết,
Chị ngồi chờ, vỡ nát con tim.
Mẹ vào ra trông hình đợi bóng,
Giọt lệ dài nhỏ xuống đêm đen.

Ngày vẫn qua, đêm về trời sáng,
Tiếng gọi còn vọng mãi trên mây.
Nhiều người đi chẳng quay về nữa.
Cho tiếng đàn tan vỡ theo giây...

*

* *

Kìa đất trời xoay vòng năm tháng,
Thoáng mắt nhìn cảnh vắng năm mươi.
Năm mươi năm một đời quá vắn,
Năm mươi năm giấy ngắn tình dài,

Năm mươi năm hình hài đổi khác,
Năm mươi năm ai nhắc lối về.
Để cho ta ngồi kề thần chết,
Để cho dân tàn hết một đời?

Ôi bao người đứng ngồi trong cũi.
Cho cuộc đời hận tủi tháng năm!
Gió bấc về, hờn căm lên mắt,
Khóc một thời nước mất nhà tan...

*

* *

Hỏi có phải vì ta ngại khó,
Để hôm nay ta có ngày này?
Giữa quê hương giặc bày tội ác,
Khắp thôn làng giáo mác khoe công.

Từ rừng hoang chuột đồng về phố,
Cho muôn nhà chuốc khổ vào thân.
Cuộc khởi đầu học làm nô lệ,
Muôn triệu người nuốt lệ trên non.

Kìa mẹ già đợi con trước ngõ,
Đây nàng dâu nức nở giữa nhà.
Mấy năm sau hương tàn hoa nát,
Triệu triệu người, nước mắt tuôn rơi.

Sau mươi năm, đứng ngồi than khóc.
Muôn vạn người mái tóc bạc phơ.
Hai mươi năm đợi chờ thần chết.
Người ra đi đã hết lối về?

*

* *

Ba mươi năm vai kề áo rách.
Non nước Việt chia cắt tang thương.
Mọi con đường có phường đạo tặc,
Người nhìn người trách bắc oán nam.

Bốn mươi năm dân làm trâu ngựa,
Muôn triệu người sống giữa hận thù.
Kìa đường quê mây mù che phủ,
Đây cổng làng như phủ màu tang.

Cho dân tôi không còn sức sống,
Bởi đất nước đã mất Tự Do.
Phận nhà Nam không còn Độc Lập.
Người nước Việt đã mất quê hương!

Năm mươi năm giữa đường than khóc,
Năm mươi năm được học chữ ... lừa?

*

* *

Kìa đồi cao rừng tàn lá úa,
Đây sông dài chất chứa đau thương.
Người ra đường như phường nô lệ,
Quay về nhà ngấn lệ chẳng khô.

Năm mươi năm thằng Hề lên tướng,
Năm mươi năm dân vướng bạo tàn.
Năm mươi năm cơ hàn dâu bể,
Năm mươi năm nhắc kể đoạn trường.

Việt Nam ơi, nắng vàng đã tắt?
Quê hương ơi, tiếng thét nghẹn lòng.
Đoàn tàu đi chẳng quay về nữa,
Việt Nam ơi, ai trở về không?

Đường quê ta gặp vòng lá đỏ,
Năm tháng dài người bỏ ra đi.
Đoàn tàu xưa tiếng còi đã tắt,
Người đã đi ai nhắc ngày về???

*
* *

Phần 2.

Mai Anh về vì dòng máu Việt,
Hay anh về để viết trang thư.
Rồi chị về bằng trang sức mới,
Em theo về với phấn môi son?

Ai sẽ về vì non vì nước,
Ai quay về mở bước tương lai?
Đường ta đi khi nào trời sáng,
Dân ta đi dưới ánh nắng Vàng?

Việt Nam ơi, ai mang Tình Nước,
Người ra đi, người trở về không?
Anh sẽ về vì non sông Việt.
Chị trở về vì nghĩa Việt Nam?

*

*   *

Việt Nam ơi, năm mươi năm rồi,
Bằng hữu ơi, ta ngồi chi đây?
Có phải chị đón mây, gọi gió,
Phận anh thời ngóng đợi sung rơi.

Rồi chờ ngày vui chơi bùn đất,
Để cho nhau cùng mất quê hương?
Bạn về đâu năm mươi năm nữa,
Đất nước Việt ngày ấy ra sao?

Này chiều mai, ai cười ai khóc,
Đất có còn Việt tộc hay không?
Hay chỉ còn vườn hoang nhà trống,
Cho dân Việt nối gót Tân Cương?

*

*   *

Nay quê nhà co ro chờ chết,
Đường Việt Nam đã mất Tự Do.
Người ở lại cơm lo từng bữa,
Kẻ đã đi quên hứa ngày về.

Rồi mai đây ngó về quê cũ,
Trẻ Việt Nam học chữ vuông vuông.
Người ngồi chờ đau thương bước tới,
Cho ngày sau sông núi nghẹn lời?

Bởi lâu dần tình người sẽ chết,
Phần người đi quên hết non cao.
Đường quê xưa bước vào ngõ tối.
Cho cỏ hồng vùi lấp nước nam.

Cho đau thương đổ tràn nước mắt,
Anh nhìn em ruột thắt dạ bào.
Hai mươi năm hoang tàn đổ nát,
Ba mươi năm nước mất nghẹn ngào.

Nay đau thương đến hàng cây cỏ,
Chiều ráng đỏ chim bỏ rừng xưa.
Bốn mươi năm nắng mưa hờn tủi,
Năm mươi năm ngõ tối không đèn.

Người ra đi, hề về múa rối,
Năm mươi năm một lối cờ sao.
Năm mươi năm đồng bào ly tán,
Năm mươi năm giặc Hán bước vào.

Đường tương lai khéo là cõi chết,
Cộng sản vào diệt hết tình người.
Năm mươi năm kẻ cười, người khóc,
Năm mươi năm tang tóc chia ly...

Việt Nam ơi ai vì đất nước?
Hãy đứng dậy, kết bước mà đi.

*

* *

3. Ngày Về

Đường ta đi dẫu nghìn gian khổ,
Việt Nam ơi ta trở về đây,
Ta trở về cho ngày mai tới,
Ta trở về đổi mới quê ta.

Đường ta đi có là bão táp,
Bước ta về sông núi trổ hoa.
Việt Nam ơi, dẫu ngàn nguy khó,
Đất quê mẹ có bến với đò,

Ta trở về câu hò tiếng hát,
Cho cánh đồng bát ngát hương yêu.
Nay Anh về với ngàn thương mến,
Mai Em về với bến tình thương.

Kìa làng thôn đón chờ ngày mới,
Ta bên nhau đổi mới nhà nam.
Đường quê ta ngày mai lại sáng,
Ta đan tay với nắng với mưa,

Ta trở về với mùa lúa mới.
Ta trở về sống với quê ta.
Rồi trường làng mọc lên như nấm,
Khắp nẻo đường trẻ đến đan tay.

Em ca vang đón ngày mai tới,
Ta bên nhau tiếp bước trên đường.
Mai quê hương không còn cỏ dại,
Ta đan tay chung ánh nắng vàng.

Việt Nam ơi bước vào ngày mới,
Ta trở về bến nước quê ta.
Từ nơi đây đến ngoài vạn dặm,
Ta đứng dậy dựng lại nhà nam.

*

*   *

Đường quê ta sẽ chim liền cánh,
Bước ta về như ánh nắng mai.
Ta đan tay cho ngày mới đến,
Ta bên nhau sống với quê ta.

Ở đó là Việt Nam ngày mới,
Ở đó là đất nước nở hoa.
Đường quê ta thênh thang ngời sáng,
Đất nước Nam vui nắng Cộng Hòa.

Về đi anh, đông dài sẽ hết,
Về đi em, ta kết đôi tay.
Đường ta đi xuân này đổi mới.
Đất nước Việt bước tới Tự Do.

Về đi anh ngày mai trời sáng,
Ta bên nhau tay nắm lấy tay.
Đường ta đi cho ngày đổi mới,
Bước ta về đất nước đổi thay.

Nào đứng dậy đan tay ta bước,
Ta bước đi dưới ánh nắng Vàng
Đường ta đi với cờ tổ quốc,
Đất nước Việt như đuốc trời nam.

Đường tuy xa với ngàn gian khó,
Bước ta về nắng nở như hoa.

*

* *

Việt Nam ơi, ai vì đất nước,
Hãy đứng dậy, kết bước mà đi.
Đường ta đi chỉ vì Công Lý,
Bước ta về nối chí Tự Do?

Bạn đường ơi,
Anh có về cho ngày mai tới,
Chị có về sống với quê ta?
Hay câu chuyện chỉ là mưa nắng,
Cho đất mẹ ngập đắng thương đau?

Này đường đi với ngàn gian khó,
Lối ta về đầy dãy chông gai.
Anh sẽ về dẫu ngàn bão táp.
Chị quyết về tát cạn biển khơi? ...

Bạn đường ơi,
Anh có nghe tiếng lòng nhắc nhở,
Chị có nghe nhịp thở quê ta.
Về đi anh đông dài sẽ hết,
Về đi em ta kết đôi tay.

Đường quê ta xuân này đổi mới,
Đất nước Việt hướng tới tương lai.
Người về đây chung tay vì nước,
Chị về đây sánh bước bên em.

Đường ngày mai hoa Vàng rực rỡ,
Bước ta về nắng nở trên cao.
Việt Nam ơi đây ngày đổi mới,
Bắc Nam ơi bước tới tự cường.

*

*   *

Việt Nam ơi, đây ngày đổi mới,
Ta đan tay hướng tới tương lai.
Đường ta đi chim ngàn tung cánh,
Quê hương ta chung ánh nắng Vàng.

Mặt trời lên cho ngày mới đến,
Bước ta về muôn bến nở hoa.
Triệu lời ca đón ngày hội lớn,
Ta kết đoàn đất nước hoan ca.

Về đi anh, dẫu ngàn gian khó,
Trong nắng chiều chim hót ngân vang,
Mặt trời lên cho ngày mới đến,
Bước ta về đất sẽ hồi sinh.

Việt Nam ơi đây ngày đổi mới,
Dân ta về tiếp nối tiếng ca.
Đường quê ta không còn nước mắt,
Đất nước Việt tiếng hát vang vang.

03-2025
Bảo Giang

MỤC LỤC TẬP 7

Tiếng gọi Non Sông	231
Mai Ta Về (1)	238
Chiến Sĩ Vô Danh?	241
Cuộc cờ	247
Hương Ngàn	249
Tâm tình người lính	254
Một chân trời, hai lối đi (1)	258
Một chân trời, hai lối đi (2)	262
Bước người đi	268
Đôi bến (2)	272
Trống vọng	275
Ta về (1)	279
Tiếng thời gian	283
Lỡ vận	284
Rừng xưa	285
Gió chiều	286
Thẫn thờ	287

Nhớ Mậu Thân	288
Đón tết	289
Sử lược	290
Bài ca đau thương	291
Tình thơ	298
Tình người phương Nam	300
Người xưa đâu?	304
Gởi tuổi trẻ Việt Nam	310
Bài thương ca 50 năm	317

CÙNG MỘT TÁC GIẢ

Đã phát hành

- Tình Nước tập 1, 2 (Sydney, đã tái bản tại Hoa Kỳ)
- Tôi chọn chiến tranh. Sydney Australia
- Tình Nước tập 3.4 (Sydney, đã tái bản, tại Hoa Kỳ)
- Đêm chờ Sáng. Sydney, Australia
- Lá đổi Mùa Sydney, Australia
- Nhị Kiều nước Nam. (nhiều tác giả) Sydney, Australia
- Đồng Cạn, 2020 Sydney Austrlia
- Chôn Nó đi . 2020 Sydney Australia
- Đường Chúng Ta đi. (đã xuất bản tại Hoa Kỳ)
- Tình Nước 5, 6, 7 (phát hành tại Hoa kỳ)
- Tình Nước 8, 9, 10. (phát hành tại Hoa Kỳ)

Sẽ cùng gặp bạn:

- Ngày Về.
- Tình Nước 10,…
- Đường chúng ta đi 2.
- Việt Nam Ngày Mai.

Nhân Ảnh
2025

Liên lạc tác giả:

Bảo Giang
baogiang_xl@yahoo.com.au

Liên lạc Nhà xuất bản
Nhân Ảnh
E. mail: han. le3359@gmail. com
(408) 722-5626

www.ingramcontent.com/pod-product-compliance
Lightning Source LLC
LaVergne TN
LVHW090228051026
849517LV00001B/227
* 9 7 9 8 3 4 9 6 7 2 5 2 1 *